इंटरव्ह्यू टेक्निक्स
आणि
प्रेझन्टेशन स्किल्स

डॉ. अरुणा कौलगुड

मेहता पब्लिशिंग हाऊस

Ⓒ +91 020-24476924 / 24460313

Email : info@mehtapublishinghouse.com
        production@mehtapublishinghouse.com
        sales@mehtapublishinghouse.com
Website : www.mehtapublishinghouse.com

◆ *या पुस्तकातील लेखकाची मते, घटना, वर्णने ही त्या लेखकाची असून त्याच्याशी प्रकाशक सहमत असतीलच असे नाही.*

INTERVIEW TECHNIQUES AND PRESENTATION SKILLS
by DR. ARUNA KAULGUD

इंटरव्ह्यू टेक्निक्स आणि प्रेझन्टेशन स्किल्स / मार्गदर्शनपर

© डॉ. अरुणा कौलगुड
११ रश्मी पार्क सोसायटी, कर्वेनगर, विठ्ठल मंदिराजवळ,
पुणे – ४०००५२.

प्रकाशक   : सुनील अनिल मेहता, मेहता पब्लिशिंग हाऊस,
                १९४१, सदाशिव पेठ, माडीवाले कॉलनी, पुणे – ४११०३०.

मुखपृष्ठ   : चंद्रमोहन कुलकर्णी

प्रथमावृत्ती   : जुलै, २०१२ / पुनर्मुद्रण : डिसेंबर, २०१३

ISBN 978-81-8498-399-9

इंटरव्ह्यू देणाऱ्या
तुम्हा सर्वांना

जीवनसागरात पुस्तके दीपगृहाचे काम करतात.

चार

प्रस्तावना

इंटरव्ह्यूसाठी अनेक व्यक्ती एका हॉलमध्ये बसल्या होत्या. थोड्या भेदरलेल्या, गोंधळलेल्या, एकमेकांकडे किंचित हसून बघत एकमेकांचा आधार घेणाऱ्या. इंटरव्ह्यू म्हटले की, घशाला कोरड पडणार, हाता-पायांना कंप सुटणार, बोलताना उगीचच अडखळल्यासारखे होणार, नेहमीची माहिती हमखास विसरली जाणार, कपाळावर नसलेला घाम पुसला जाणार. मुलाखत देऊन बाहेर आलेल्या उमेदवाराला 'काय झाले?, कोणते प्रश्न विचारले?, किती जण इंटरव्ह्यू घ्यायला आहेत?' असे प्रश्न विचारत इतर उमेदवार त्यांच्याभोवती कोंडाळे करणार. काही जणांना रडू फुटणार, तर काही जण हसत-हसत बाहेर पडणार. ही सगळी दृष्ये नित्य परिचयाची झाली आहेत.

त्यातच या मोठ्या कंपन्यांमध्ये एअर-कन्डिशनिंगची थंडगार हवा, चकचकीत फरशी, गालिचे, आधुनिक ऑफिस फर्निचर, कडक युनिफॉर्ममध्ये वावरणारे रुबाबदार कर्मचारी या सगळ्यांचे मनावर आलेले दडपण! त्यातच इंग्रजीतून इंटरव्ह्यू द्यायचा म्हणून आलेला निराळाच ताण. विषयाचे ज्ञान आणि सर्व तांत्रिक कौशल्ये कितीही उत्कृष्ट असली तरी इंग्रजीचे भूत मानगुटीवर बसलेलं असतं, त्यामुळे इंटरव्ह्यू कसा होणार याची निराळीच काळजी मनात घर करून बसलेली असते.

मुंबई-पुण्यासारख्या मोठ्या शहरांतील परिस्थिती कदाचित थोडी वेगळी असेल, परंतु महाराष्ट्रातील सर्वसाधारण शहरांतील आणि गावांमधील तरुण मुला-मुलींना त्यांचे करिअर, नोकरी व्यवसायातील संधींची उपलब्धता, या संधी मिळविण्यासाठी करावयाची तयारी यांबद्दल आजही आवश्यक तेवढे मार्गदर्शन मिळत नाही. इंटरव्ह्यू म्हटले की, इंग्रजीतून बोलणे, टाय लावणे, कडक शेकहॅन्ड करणे, अशा गोष्टींनाच अनावश्यक महत्त्व दिले जाते. इंग्रजी माध्यमाच्या शाळा-कॉलेजांत शिकलेली मुले जे काही इंग्रजी बोलतात, त्यामुळे लहान शहरांतील, गावांतील मुले-मुली भारावून जातात. आपल्याला इंग्रजी बोलता येत नाही याचा न्यूनगंड

त्यांच्या मनात तयार होतो.

आपला बायो-डेटा कसा लिहायचा, बायो-डेटा, रेझ्युमे, सी.व्ही. यांमध्ये नक्की काय फरक आहे, नोकरीसाठी अर्ज कसा लिहायचा, स्पर्धा परीक्षेसाठी 'गट चर्चा' म्हणजेच 'ग्रुप डिस्कशन' असते – त्याची तयारी कशी करायची या सर्व गोष्टींबद्दल त्यांच्यामध्ये अनभिज्ञता असते; त्यामुळे अनेकदा ते आपली माहिती प्रभावीपणे मांडू शकत नाहीत.

हे पुस्तक म्हणूनच महाराष्ट्रातल्या सर्व लहान-मोठ्या गावांमध्ये, शहरांमध्ये राहणाऱ्या; स्पर्धा परीक्षांची, इंटरव्ह्यूची तयारी करत असलेल्या मुला-मुलींसाठी लिहिलेले आहे.

व्याख्याने, प्रशिक्षण कार्यक्रम, उद्योग-व्यवसायांसाठी सल्ला-मार्गदर्शन या सर्वांसाठी महाराष्ट्रातील बहुतेक सर्व जिल्ह्यांमध्ये आणि लहान-मोठ्या गावांमध्ये मी स्वत: फिरलेली आहे. आदिवासी युवकांपासून मुंबई-पुण्याच्या प्रख्यात शाळा-कॉलेजांतील, विद्यापीठांतील तसेच बिझिनेस मॅनेजमेंट स्कूल्समध्ये उच्च शिक्षण घेणाऱ्या विद्यार्थ्यांपर्यंत – सर्वांबिरोबर काम केलेले आहे. लहान-मोठ्या कंपन्यांतील कर्मचारी भरतीसाठी अनेक व्यक्तींच्या मुलाखती घेतलेल्या आहेत. मी स्वत:सुद्धा त्या वेळच्या अशाच एका लहान गावात मोठे होण्याची स्वप्ने बघत होते. येणाऱ्या अडथळ्यांनी क्षणभर निराश होत होते, पण आत्मविश्वासाने पुढे जाण्यासाठी प्रयत्न करत होते, त्यामुळे लहान गावातील तरुणांची नेमकी गरज हेरून आणि त्यांच्या मानसिकतेची जाणीव ठेवून हे पुस्तक लिहिलेले आहे.

या विषयावर बाजारात अनेक पुस्तके उपलब्ध असतानासुद्धा एक निराळा दृष्टिकोन घेऊन लिहिलेले हे पुस्तक – इंटरव्ह्यू देणाऱ्या उमेदवारांना उपयुक्त ठरेल – या विश्वासाने तुमच्या हातात देत आहे.

– डॉ. अरुणा कौलगुड

ऋणनिर्देश

मी तुमच्या ऋणात आहे याची मला जाणीव आहे, आणि म्हणूनच हे पुस्तक लिहिण्याची प्रेरणा मला मिळाली. १९७० साली, सांगलीसारख्या एका लहान गावात 'मला करिअर करावयाचे आहे,' असे एका मुलीने म्हणणे म्हणजे थोडे आश्चर्य वाटण्यासारखेच होते. बरोबरीच्या इतर मुलींची भराभर लग्ने ठरत असताना आपण मात्र मुंबईत जाऊन नोकरी करावयाची, पुढील शिक्षणासाठी प्रयत्न करायचा या उद्देशाने प्रेरित होऊन मुंबईची वाट धरायची हे प्रवाहाविरुध्द पोहोण्यासारखेच होते.

पण घरातून मिळालेला बळकट पाठिंबा आणि जबरदस्त आत्मविश्वास या जोरावर मुंबईमध्ये नोकरीचा शोध सुरू झाला. भूविकास बँकेतला तो पहिला इंटरव्ह्यू...! बलार्ड पियर भागातील इंग्रजी राजवटीतील ती भव्य दगडी इमारत. स्वयंचलित लिफ्ट. अशी लिफ्ट कधीच बघितलेली नव्हती, त्यामुळे जिने चढून, जिन्याच्या दारातून थेट ऑफिसमध्ये गेल्यामुळे शिपायासकट सर्वांनी माना उंचावून दाखवलेले आश्चर्य. घाम पुसतानासुध्दा संकोच वाटत होता. इंटरव्ह्यूसाठी बोलावले आहे म्हणल्यावर अडखळलेली पावले आतल्या गालिच्यावर अधिकच अडखळली. इंटरव्ह्यू घेण्यासाठी चार-पाचजण आहेत, आता कोण प्रश्न विचारणार, तोपर्यंत कोणाकडे बघायचे? काहीच कसे आपल्याला माहीत नाही? काय प्रश्न विचारले आणि काय उत्तरे दिली – काही आठवत नाही, पण दुसऱ्या दिवशी 'अपॉइन्टमेन्ट लेटर' मिळाले.

डॉक्टरेट करायचे तर, शैक्षणिक क्षेत्रात लेक्चरर म्हणून काम करायला पाहिजे असा सल्ला कोणीतरी दिला. लेक्चररच्या पदांच्या जाहिराती बघणे सुरू झाले. एका कॉलेजात इंटरव्ह्यूसाठी बोलावणे आले. नोकरीचा अर्ज आणि त्यासोबत जोडलेली सर्टिफिकेट्स बघताना पहिलाच प्रश्न विचारला गेला, 'तुम्ही शिवाजी विद्यापीठाच्या एम. ए. आहात का? पण तिथल्या शिक्षणाचा दर्जा फारसा चांगला नाही.' हे ऐकल्यावर मनाने मारलेली उसळी आजही आठवते आहे. 'दर्जा कशावरून

"

ठरवता तुम्ही? प्राध्यापकांचा दर्जा, विद्यार्थ्यांचा दर्जा, निकालांचा दर्जा, कसला दर्जा?' मग 'दर्जा' या विषयांवरच झालेली प्रश्नोत्तरे आणि शेवटी, 'ठीक आहे, आम्ही तुमची निवड केलेली आहे. उद्या येऊन पत्र घेऊन जा.'' हे वाक्य ऐकले. शैक्षणिक क्षेत्रात प्रवेश करण्यासाठी नोकरीची गरज असूनही शब्द बाहेर पडले, 'सॉरी, मी तुमच्या संस्थेत नोकरी स्वीकारू शकत नाही. इंटरव्ह्यूमध्येच मी शिवाजी विद्यापीठाची आहे म्हणून तुम्ही मला कमी दर्जाचे लेखलेत. उद्या येथे नोकरी करायला लागल्यावर काय होईल? पण तुम्ही मात्र एक चांगला प्राध्यापक गमावलेला आहे. धन्यवाद!' बरोबर आलेले नातेवाईक म्हणाले, 'तुझा आवाज बाहेरपर्यंत ऐकायला येत होता. नक्की कोण कुणाचा इंटरव्ह्यू घेत होते?'

त्यानंतर दुसऱ्या कॉलेजातला इंटरव्ह्यू चांगला झाला, कारण विषयाचे ज्ञान आणि माहिती किती आहे, यावरच इंटरव्ह्यूमध्ये सगळा भर होता. निवड होणार याची खात्री वाटत होती. कॉलेजही आवडले होते. दुसऱ्या दिवशी अपेक्षेप्रमाणे कॉलेजचा शिपाई पत्र घेऊन आला. निवड झाली होती. पत्रात लिहिले होते, 'Please meet the undersigned immediately' सही प्राचार्यांचीच होती. ताबडतोब भेटायला गेले. आपल्याकडून उशीर व्हायला नको, अशी इच्छा होती. 'तुम्ही इतक्या तातडीने का आलात?' पत्र दाखविल्यावर हसतच ते म्हणाले, 'Oh! It is not that immediately.' आम्ही दोघेही त्या 'थोड्या विलंबाने ताबडतोब,' या शब्दांवर मनसोक्त हसलो. इंटरव्ह्यूचा, नोकरीचा – सगळा ताणच नाहीसा झाला.

मग मात्र करिअरचा पतंग वरवर चढायला लागला आणि एके दिवशी इंटरव्ह्यू घेणाऱ्याच्या खुर्चीत मी कधी येऊन बसले समजलेच नाही.

इंटरव्ह्यू कोणाचाही असला आणि कोणत्याही पदासाठी द्यायचा असला, तरी इंटरव्ह्यू देणाऱ्याच्या मानसिकतेत फारसा बदल होत नाही, त्यामुळे यशस्वी इंटरव्ह्यू देण्यासाठी काही विशेष प्रयत्न करावे लागतात का, हा विषय पुढे आला. इंटरव्ह्यूमध्ये खऱ्या अर्थाने ज्या गोष्टींचा कस लावला जातो, ज्या गोष्टींची परीक्षा घेतली जाते त्या म्हणजे –

१. विषयाचा सखोल अभ्यास
२. विषयाशी निगडित तांत्रिक कौशल्यांवर प्रभुत्व
३. नियोजनबद्ध आणि ध्येयाभिमुख काम करण्याची शिस्त
४. चांगल्या कामावर निष्ठा ठेवून सातत्याने काम करण्याची वृत्ती
५. आत्मविश्वासपूर्ण देहबोली
६. सामाजिक जाणिवेतून विकसित होणारी जीवनकौशल्ये

वरील गोष्टी किंवा मुद्दे म्हणजे आपल्या व्यक्तिमत्त्वाची 'प्रबळ शक्तिस्थाने'

(Core Strengths) आहेत. स्वतःच्या कार्यक्षेत्रात आपले प्रभुत्व आणि श्रेष्ठत्व सिध्द केलेल्या माझ्या गुरूंनी – ज्यांना हे पुस्तक मी समर्पित केलेले आहे – त्यांनी मला या शक्तिस्थानांवर अढळ विश्वास ठेवून सतत काम करण्याची प्रेरणा दिली. त्यांच्या ऋणात राहणेच मला आवडेल.

असंख्य लोकांचे मी इंटरव्ह्यू घेतले. त्या प्रत्येकाच्या 'दिलकी धडकन' – ती व्यक्ती समोर येऊन बसली की – माझ्यापर्यंत जणू येऊन पोहोचत असे. त्यांची मानसिक उलघाल समजत असे. प्रत्येकाला ही नोकरी आपल्यालाच मिळावी अशी इच्छा असे. ही इच्छा त्यांच्या देहबोलीतून, वागण्या-बोलण्यातून, इंटरव्ह्यूच्यावेळी ते करत असलेल्या चुकांमधून मला जाणवत असे. माझ्या मनात प्रतिक्रिया उमटत असे, 'अरे, इंटरव्ह्यूची तयारी कशी करायची ते तुला समजलेले दिसत नाही.' किंवा 'काय मस्त तयारी करून आला होता!' या इंटरव्ह्यू देणाऱ्या सर्व व्यक्तींनी माझ्या मनावर एक गोष्ट ठसवली की, जी जाणीव, जी शक्तिस्थाने माझ्या गुरूंनी माझ्यामध्ये विकसित केली ती जाणीव, ती शक्तिस्थाने मी माझ्या क्षमतांनुसार पुढच्या पिढीपर्यंत पोहोचविली पाहिजेत. त्यामुळे माझ्यासमोर बसून ज्यांनी इंटरव्ह्यू दिले, त्यांनीही माझे अनुभवविश्व समृध्द केले.

मुंबईच्या भारतीय विद्या भवनच्या 'गांधी इन्स्टिट्यूट ऑफ कॉम्प्युटर एज्युकेशन'मध्ये मी सुमारे साडेतीन-चार वर्षे 'व्यक्तित्व विकास आणि इंटरव्ह्यू टेक्निक्स' या विषयावर लेक्चर्स दिली. इंटरव्ह्यू टेक्निक्स आणि ग्रुप डिस्कशनसाठी कार्यशाळा घेतल्या, त्यामुळे नोकरीसाठी इच्छुक व्यक्तींना येणाऱ्या प्रत्यक्ष अडचणी कोणत्या हे समजले, त्यामुळे अनुभवात भर पडण्याबरोबरच वास्तव परिस्थितीही जवळून समजली.

पुस्तक लिहिणे सोपे, पण प्रकाशित करणे अवघड आहे, त्यातही सर्व स्तरांतील वाचकांपर्यंत जाऊन पोहोचलेले प्रकाशक मिळणे आणि त्यांनी आपले पुस्तक प्रकाशनासाठी स्वीकारणे, हा फार मोठा योग आहे. आणि पुस्तकाच्या यशाचा एक महत्त्वाचा घटक आहे. मेहता पब्लिशिंग हाऊसच्या श्री. सुनील मेहता व त्यांच्या स्टाफने पुस्तक प्रकाशनाचे सर्व सोपस्कार आत्मीयतेने पूर्ण केले.

पुस्तक लेखन करत बसणे म्हणजे कुटुंबीयांसाठी राखून ठेवलेल्या वेळेत काटछाट करणे आलेच. माझ्या कौटुंबिक जबाबदाऱ्या तत्परतेने पार पाडणाऱ्या श्यामकान्त, विक्रान्त आणि राधिकाच्या कणखर पाठिंब्यामुळेच मी हे पुस्तक पूर्ण करू शकले.

आपल्या सर्वांच्या प्रेरणांचे आणि एकत्रित प्रयत्नांचे हे फलित इंटरव्ह्यूची तयारी करणाऱ्या सर्व मुला-मुलींच्या हाती देऊ या!

– डॉ. अरुणा कौलगुड

पुस्तक कसे वाचाल?

'मुलाखत' हा शब्द न वापरता 'इंटरव्ह्यू' हा इंग्रजी शब्द वापरला आहे, कारण मुलाखत म्हटले की, आता वर्तमानपत्रात छापायची किंवा टीव्हीवर दाखवायची मुलाखत हा अर्थ रूढ झाला आहे. नोकरीसाठी द्यायचा तो इंटरव्ह्यू. अगदी खेडोपाडीसुद्धा 'इंटरव्ह्यूचा कॉल आलाय' असेच म्हणले जाते, त्यामुळे पुस्तकात रूढ, प्रचारात असलेले आणि चटकन अर्थ समजतील असे इंग्रजी शब्दच वापरलेले आहेत. मुद्दाम अट्टाहास करून त्याचे मराठी रूपांतर केलेले नाही, पण त्यातूनही एखाद्या वाचकाला अडचण आलीच तर निराकरण होण्यासाठी पुस्तकाच्या शेवटी 'शब्दार्थ सूची' दिलेली आहे – त्यामध्ये पुस्तकात आलेल्या इंग्रजी शब्दांचा मराठी प्रतिशब्द दिलेला आहे.

पुस्तकात अनेक उदाहरणे दिलेली आहेत. यामध्ये दिलेल्या कंपन्यांची आणि व्यक्तींची नावे बदलण्यात आलेली आहेत, पण घटना आणि अनुभव खरे आहेत.

इंटरव्ह्यूमध्ये पाळावयाचे शिष्टाचार म्हणजे 'मॅनर्स' दिलेले आहेत. इंटरव्ह्यूचा प्रकार कोणताही असला, तरी काही मॅनर्स समानच असतात. पुनरावृत्ती होत आहे हे माहीत असतानाही इंटरव्ह्यूच्या प्रकारांमध्ये काही शिष्टाचारांची जाणीवपूर्वक पुनरावृत्ती केलेली आहे, कारण काही उमेदवार त्यांना आवश्यक असलेलाच मजकूर वाचतात. त्यांना विषयाची संपूर्ण माहिती होणे आवश्यक आहे, असा विचार केलेला आहे.

'बॉडी लँग्वेज' म्हणजे 'देहबोली' या विषयाची व्याप्तीही खूप मोठी आहे. या पुस्तकामध्ये प्रामुख्याने इंटरव्ह्यू देण्याच्या दृष्टिकोनातून देहबोलीची माहिती दिलेली आहे. आपल्या समाजात अजूनही देहबोलीला विशेष महत्त्व दिले जात नाही. शाळा-कॉलेजांत हा विषय शिकविला जात नाही. विविध संदर्भांत देहबोलीबद्दल त्या विषयापुरते लिहिले जाते, पण त्यामधून इंटरव्ह्यू देत असताना आपली देहबोली कशी पाहिजे याबद्दल विशेष आकलन होत नाही. देहबोली म्हणजे एक प्रकारचा अभिनयच आहे, असा गैरसमजही अनेक ठिकाणी आढळतो. त्यामुळे

देहबोलीवर थोडे विस्तृत लिहिलेले आहे, अर्थात या विवेचनावरून आपले या विषयाचे आकलन आपण वाढवू शकतो; त्यासाठी 'निरीक्षण' हा गुरू आहे.

'स्वोट ॲनॅलिसिस' हा दुसरा महत्त्वाचा विषय. येथे इंटरव्ह्यूची तयारी करताना विषयाच्या मर्यादित राहूनच 'स्वोट'ची चर्चा केलेली आहे. हा विषय खूप मोठा आहे. व्यक्तिमत्त्व विकास आणि तद्नुषंगाने स्वोट ॲनॅलिसिस या विषयाचे विस्तृत विवेचन मेहता पब्लिशिंग हाऊसच्याच 'जगप्रसिध्द व्हा', या माझ्या पुस्तकात केलेले आहे. या विषयाची तयारी करत असताना 'जगप्रसिध्द व्हा', या पुस्तकाचाही वाचकांना खूप उपयोग होईल याची मला खात्री आहे.

या पुस्तकात सांगितल्याप्रमाणे प्रत्येकाने आपला बायो-डेटा तयार करावा, परंतु जेव्हा आपल्या पदव्या, अनुभव यांत वाढ होईल तसेच, दिलेल्या माहितीत बदल होईल तेव्हा बायो-डेटामध्ये बदल करण्यास विसरू नये.

इंटरव्ह्यूमध्ये सर्वसामान्यपणे विचारल्या जाणाऱ्या प्रश्नांची उत्तरे येथे मार्गदर्शनार्थ दिलेली आहेत. ते जसेच्यातसे पाठ करू नये. आपल्या शब्दांत उत्तर देण्याचा प्रयत्न करावा.

विषयांवर आधारित प्रश्नही याच प्रकारे लिहून काढावेत. त्यांची उत्तरे तयार करावीत.

कोणत्याही विषयाचा आपण किती सखोल विचार करतो, त्यावरच आपले यश अवलंबून असते.

इंटरव्ह्यूमध्ये तुम्हाला यश लाभावे, आणि तुमच्या करिअरच्या प्रत्येक टप्प्यावर तुम्ही यशस्वी व्हावे ही मनोकामना!

अनुक्रम

इंटरव्ह्यू का घेतला जातो?

अगदी शाळा-कॉलेजपासून आपल्याला एक प्रश्न विचारायची सवय लागलेली असते, 'हमखास कोणते प्रश्न विचारले जातील?' मग ती परीक्षा असो अथवा इंटरव्ह्यू.

पण इंटरव्ह्यूच्या बाबतीत आपण थोडा निराळा दृष्टिकोन ठेवण्याची आवश्यकता असते. इंटरव्ह्यूमध्ये कोणते प्रश्न विचारले जातील यासाठी इंटरव्ह्यूमध्ये प्रश्न का विचारले जातात ते समजावून घेतले, तर इंटरव्ह्यूकडे बघण्याचा आपला दृष्टिकोन अधिक स्पष्ट आणि वस्तुनिष्ठ होईल. या प्रकरणात इंटरव्ह्यूची उद्दिष्टे कोणती असतात याचा आपण विचार करणार आहोत.

इंटरव्ह्यूची उद्दिष्टे

१. संस्थेच्या प्रकारानुसार उमेदवाराची पात्रता आणि योग्यता पडताळणे :

एका विशिष्ट उद्देशाने प्रेरित होऊन, विशिष्ट व्यवसाय-उद्योग करण्यासाठी विविध प्रकारच्या संस्थांची स्थापना झालेली असते. सर्वसामान्यपणे संस्थांचे वर्गीकरण पुढीलप्रमाणे असते.

१.शासकीय मालकीच्या कंपन्या (Public Limited Company)

२.खाजगी मालकीच्या कंपन्या (Private Limited Company)

उत्पादनाच्या स्वरूपाप्रमाणे खाजगी मालकीच्या कंपन्यांचे वर्गीकरण पुढीलप्रमाणे केले जाते.

१. उत्पादन उद्योग

२. सेवा उद्योग

३. विक्री-वितरण उद्योग

मालकीच्या तत्त्वावर कंपन्यांचे वर्गीकरण पुढीलप्रमाणे केले जाते.

१. प्रायव्हेट लिमिटेड कंपनी (Private Limited Company)

२. भागीदारी फर्म (Partnership Firm)

३. प्रोप्रायटरी फर्म (Proprietary Business)

४. सहकारी संस्था (Cooperative Organizations)

५. धर्मादाय संस्था किंवा 'चॅरिटेबल ट्रस्ट' (Charitable Trust)

'कार्यकक्षा' किंवा 'एरिया ऑफ ज्युरिस्डिक्शन'(Area of Jurisdiction) या निकषावर आधारित कंपन्यांचे वर्गीकरण पुढीलप्रमाणे होते –

१. बहुराष्ट्रीय कंपन्या (Multinational Companies)

२. राष्ट्रीय पातळीवर काम करणाऱ्या कंपन्या (National Companies)

३. स्वयंसेवी संस्था (Non-profit making Organizations)

संस्थेच्या प्रकाराप्रमाणे संस्थेचे काम चालविण्यासाठी अवलंबिलेली व्यवस्थापन पद्धती, संस्थेच्या कर्मचाऱ्यांकडून असलेल्या अपेक्षा, त्या पूर्ण करण्याची उमेदवाराची क्षमता, उमेदवाराचे शिक्षण आणि वर्तनक्षमतांची तसेच जीवन कौशल्यांची पात्रता आणि अनुभवांचे निकष, त्यांना दिले जाणारे पगार आणि इतर सवलती, कर्मचाऱ्यांसाठी असलेले नियम, कार्यसंस्कृती – या व अशा गोष्टींमध्ये संस्थेच्या प्रकारानुसार वेगळेपणा असतो. उमेदवार आपल्या कंपनीत काम करण्यास योग्य आहे का, हे पडताळून पाहण्यासाठी आणि योग्य उमेदवाराची निवड करण्यासाठी इंटरव्ह्यू घेतला जातो.

२. उमेदवाराने स्वतःबद्दल दिलेल्या माहितीची सत्यता पडताळणे (Verification of Information) :

नोकरीसाठी केलेल्या अर्जात उमेदवाराने स्वतःबद्दल विविध प्रकारची माहिती दिलेली असते; त्यामध्ये त्याचे नाव, पत्ता, जन्मतारीख, राष्ट्रीयत्व, आवश्यकतेप्रमाणे जात पडताळणी दाखला, शिक्षण, तंत्रशिक्षण, तंत्रकौशल्ये, वर्तनकौशल्ये, कामाशी निगडित गुण-वैशिष्ट्ये, कामाचा अनुभव, अनुभव दाखला, स्वतःवर अवलंबून असलेल्या कुटुंब सदस्यांची माहिती, पॅन (PAN), ड्रायव्हिंग लायसेन्स, पासपोर्ट अशा विविध गोष्टींबद्दल तपशील दिलेले असतात. या तपशिलांची सत्यासत्यता किंवा खरेखोटेपणा तपासणे महत्त्वाचे असते. इंटरव्ह्यूमध्ये प्रश्न विचारून आणि कागदपत्रांची छाननी करून उमेदवाराने स्वतःबद्दल दिलेल्या माहितीची सत्यता पडताळून बघितली जाते.

३. कामाच्या वर्णनात (Job Description) उल्लेखिलेल्या गुण-वैशिष्ट्यांप्रमाणे उमेदवाराच्या क्षमतापातळीचे मूल्यमापन करणे :

शास्त्रशुद्ध पद्धतीने व्यवस्थापन करणाऱ्या कंपन्या त्यांच्या ह्युमन रिसोर्स

डेव्हलपमेंट डिपार्टमेंटतर्फे (मनुष्यबळ विकास विभाग) कंपनीतील सर्व पदांवरील व्यक्तींनी कोणती कामे करणे आणि जबाबदारी घेणे अपेक्षित आहे; या जबाबदाऱ्या पार पाडण्यासाठी उमेदवाराजवळ कोणती गुण-वैशिष्ट्ये, क्षमता, कौशल्ये असणे अपेक्षित आहे, त्याचे तपशील आणि वर्णन तयार करून घेतात. अनेकदा वर्तमानपत्रात दिलेल्या जाहिरातींमध्ये कामाच्या वर्णनाबरोबरच उमेदवारामध्ये अपेक्षित असलेली गुण-वैशिष्ट्ये आणि प्रमुख क्षमतांबद्दलची माहिती छापलेली असते. या वर्णनात उल्लेखिल्याप्रमाणे उमेदवाराजवळ अपेक्षित गुण-वैशिष्ट्ये आहेत का, तसेच त्या गुण-वैशिष्ट्यांच्या क्षमतांची पातळी किती आहे, त्याचे मूल्यमापन इंटरव्ह्यूमध्ये केले जाते. या क्षमतांच्या पडताळणीसाठी निरनिराळ्या प्रकारच्या इंटरव्ह्यूंचे नियोजन केले जाते. कामाविषयी किती माहिती आहे, त्याचबरोबर त्याचे जनरल नॉलेज, तर्कसंगत विचार करण्याची क्षमता, आवश्यक भाषांवरील प्रभुत्व, नेतृत्वगुण, निर्णय घेण्याची क्षमता, संघबांधणीचे कौशल्य अशा विविध क्षमतांची चाचणी आणि मूल्यमापन इंटरव्ह्यूमध्ये केले जाते.

४. उमेदवाराला संबंधित विषयाबद्दलचे ज्ञान आणि माहिती किती आहे ते तपासणे :

उमेदवाराला विशिष्ट काम करण्यासाठी नोकरी द्यावयाची असते. उमेदवाराजवळ संबंधित विषयातील शैक्षणिक अर्हता म्हणजे डिग्री मिळवलेली असते, पण त्याला त्या कामासाठी आवश्यक ते ज्ञान आणि माहिती आहे का, याची खात्री करून घेणेही तितकेच आवश्यक असते.

एकदा लायब्ररियनच्या पदासाठी मी आणि माझे सहकारी इंटरव्ह्यू घेत होतो. बऱ्याच उमेदवारांचे इंटरव्ह्यू झाले, पण योग्य उमेदवार मिळत नव्हता. एक उमेदवार मात्र आमच्या दोघांनाही आवडला, कारण त्याची शैक्षणिक पात्रता लायब्ररियनच्या कामासाठी अत्यंत योग्य होती. मराठीमध्ये एम.ए., लायब्ररी सायन्समध्ये बी.लिप. आणि लायब्ररी सॉफ्टवेअरची चांगली माहिती असे बायो-डेटामध्ये लिहिलेले होते. आता त्याचा इंटरव्ह्यू म्हणजे फक्त सोपस्कार बाकी आहे, असे आम्हाला वाटले. 'या उमेदवाराची निवड करायला हरकत नाही', असे आमचे अनुकूल मत झाले होते. उमेदवाराला प्रश्न विचारायला सुरुवात केली. मी सहज म्हणून प्रश्न विचारला, ''अलीकडे वाचलेल्या एखाद्या पुस्तकाचे नाव सांगा.'' त्याने 'श्यामची आई' असे सांगितले. ठीक आहे, वाचले असेल एखादे जुने पुस्तक म्हणून मी त्याला अनाहूतपणे विचारले, ''लेखक कोण आहेत त्या पुस्तकाचे?'' त्याने अगदी जोरात सांगितले, 'पु. ल. देशपांडे.' मी मनातल्या मनात इतकी दचकले...! माझे सहकारीही माझ्याकडे हताशपणे पाहत होते,

त्यामुळे बायो-डेटामध्ये कितीही पदव्या लिहिलेल्या असल्या तरी प्रत्यक्ष इंटरव्ह्यूमध्ये त्या उमेदवाराला विषयाचे ज्ञान किती आहे, हे बघणे गरजेचे असते. ड्रायव्हरच्या पदासाठी इंटरव्ह्यू घेत असताना उमेदवाराला ड्रायव्हिंगचा अनुभव किती आहे, त्याला त्या भागातले रस्ते माहीत आहेत का, या प्रश्नांबरोबरच त्याची ड्रायव्हिंगची टेस्टही घेतली जाते. अकाउन्टट म्हणून काम करत असताना 'कोणते टॅली पॅकेज वापरता?' हा अगदी हमखास विचारला जाणारा प्रश्न आहे, त्यामुळे या प्रश्नांची आणि त्यांच्या उत्तरांची आपण सवयच करून ठेवावी.

५. उमेदवाराचे व्यक्तिमत्त्व कसे आहे ते आजमाविणे :

उमेदवाराचे व्यक्तिमत्त्व कसे आहे, त्याच्या व्यक्तिमत्त्वाची छाप कशी पडते, ते त्याला भेटून आजमाविणे हे इंटरव्ह्यूचे एक महत्त्वाचे उद्दिष्ट आहे. कोणत्याही कंपनीच्या व्यवस्थापनाला आपल्या कर्मचाऱ्यांचा एक भक्कम संघ म्हणजे 'टीम' बांधायची असते. नवा कर्मचारी त्या टीममध्ये सामावला जाईल का, हे व्यवस्थापनाला बघायचे असते. व्यक्तिमत्त्वामध्ये विशेषत: शारीरिक, बौद्धिक आणि भावनिक व्यक्तिमत्त्वाचा तसेच कार्य संस्कृतीचा समावेश होतो. उदाहरणार्थ – रिसेप्शनिस्ट, एआर-होस्टेस, जनसंपर्क अधिकारी अशा पदांसाठी कुशाग्र बुद्धी, विषयाची नेमकी माहिती, हजरजबाबीपणा, भावनिक संतुलन, कणखरपणा याचबरोबर सौंदर्य, रुबाबदार व्यक्तिमत्त्व महत्त्वाचे आहे. सुरक्षारक्षक दिसायला सुंदर नसला तरी चालेल, पण लेचापेचा, हडकुळा, बावळटही नको. हाडापेराने मजबूत, धट्टाकट्टा, उंच, सणसणीत व्यक्तिमत्त्वाचा असणे आवश्यक आहे. मार्केटिंगसाठी उमेदवाराची निवड करत असताना हसरा, बोलका, प्रसन्न व्यक्तिमत्त्वाचा, प्रवासाची, फिरण्याची आवड असलेला, आदबशीर बोलणारा, उमद्या व्यक्तिमत्त्वाचा उमेदवार निवडला जाईल. घुमा, गंभीर व्यक्तिमत्त्वाचा, एका ठिकाणी बसून काम करू इच्छिणारा उमेदवार मार्केटिंगसाठी चालणार नाही, पण अकाउन्ट्स डिपार्टमेंटसाठी मात्र एका ठिकाणी बसून गांभीर्याने, एकाग्रतेने काम करू इच्छिणारा उमेदवारच निवडला जाईल. तेथे मार्केटिंगसाठी उपयुक्त व्यक्तिमत्त्व चालणार नाही. याप्रमाणे प्रत्येक कामासाठी विशिष्ट व्यक्तिमत्त्व असलेल्या उमेदवारांना प्राधान्य दिले जाते. इंटरव्ह्यूमध्ये उमेदवाराला प्रत्यक्ष भेटल्यावर त्याच्या व्यक्तिमत्त्वाची पडताळणी करता येते.

६. उमेदवाराची शारीरिक क्षमता जोखणे :

काही विशिष्ट कामांमध्ये उमेदवाराची शारीरिक क्षमता हा निर्णायक निकष असतो. काम करत असताना उमेदवार किती तास काम करू शकतो, किती शारीरिक ताण सहन करू शकतो, सतत काम केल्यामुळे कामावरील एकाग्रता तो

टिकवू शकतो का, कोणत्याही व्यंगामुळे त्याची शारीरिक क्षमता कमी झालेली आहे का या आणि अशा बाबींची पडताळणी करण्यासाठी इंटरव्ह्यू घेतला जातो.

७. उमेदवाराची कौटुंबिक माहिती समजावून घेणे :

उमेदवाराची कौटुंबिक पार्श्वभूमी तसेच उमेदवारावर असलेल्या कौटुंबिक जबाबदारीची माहिती करून घेणे, हे इंटरव्ह्यूचे उद्दिष्ट असते. इंटरव्ह्यूमध्ये उमेदवाराला त्याची कौटुंबिक माहितीही विचारली जाते. यामध्ये उमेदवाराची पार्श्वभूमी समजावून घेणे, त्यामधून त्याचे संस्कार आणि मानसिक जडणघडण समजावून घेणे, त्याच्यावर असलेल्या जबाबदाऱ्यांची माहिती करून घेणे, हे प्रमुख उद्देश असतात.

८. उमेदवाराच्या अपेक्षा समजावून घेणे :

इंटरव्ह्यू घेत असताना उमेदवाराच्या कंपनीकडून काही अपेक्षा आहेत का त्याचाही विचार केला जातो. इंटरव्ह्यूमध्ये उमेदवारालाही कंपनीबद्दल, कंपनीची ध्येय-धोरणे आणि नियमांबद्दल, पगाराबद्दल, कामाच्या स्वरूपाबद्दल काही प्रश्न विचारावेसे वाटतात. आपल्याला पगार किती मिळावा, प्रवासभत्ता तसेच इतर सोयी-सवलती कोणत्या मिळाव्यात, आपल्याला कोणते पद मिळावे याबद्दल उमेदवारांची काही मते असतात. त्याबद्दल कंपनीच्या प्रतिनिधीबरोबर चर्चा करावी अशी त्याचीही रास्त अपेक्षा असते, त्यामुळे इंटरव्ह्यूमध्ये उमेदवाराच्या अपेक्षा समजावून घेणे महत्त्वाचे ठरते. विशेषत: उमेदवार जेव्हा अनुभवी असतो आणि प्रमुख जबाबदारीच्या पदांसाठी जेव्हा इंटरव्ह्यू घेतला जातो, तेव्हा उमेदवाराच्या अपेक्षा समजावून घेण्यास प्राधान्य प्राप्त होते.

इंटरव्ह्यूची तयारी करत असताना आपण या उद्दिष्टांचाही विचार करणार आहोत.

◆

इंटरव्ह्यूचे प्रकार

''बाप रे, आत गेलो तर सात-आठ माणसं एका मोठ्या टेबलापलीकडे बसली होती. टेबलासमोर एक खुर्ची ठेवली होती. मला तर अगदी कैद्यासारखे वाटत होते. त्या थंडगार एअर-कन्डिशन खोलीतसुद्धा मला घाम फुटला. याला काय इंटरव्ह्यू म्हणायचे?''

''अरे, काही नाही. त्यांचा इंटरव्ह्यू म्हणजे मला धमालच वाटली. सगळ्या उमेदवारांना त्यांनी एका 'फाइव्ह स्टार' हॉटेलमध्ये डिनरसाठी बोलावले होते. कंपनीचे मनुष्यबळ विकास विभागाचे 'व्हाइस प्रेसिडेंट' आणि इतर अधिकारी आले होते. त्यांनी त्यांची ओळख आम्हाला करून दिली. मग आम्हाला आमची ओळख करून द्यायला सांगितली. सर्वांनी मिळून मस्त जेवण केले. जेवताना खूप गप्पा मारल्या. बस. इंटरव्ह्यू घेतलाच नाही. 'गुड नाइट' म्हणून त्यांचा व्हाइस प्रेसिडेंट निघून गेल्यावर ते इतर अधिकारीही निघून गेले. फाइव्ह स्टारमध्ये आले होतो ना, मग आम्ही तिथेच बसलो आणखी मजा करत. कशाला इतके पैसे घालवतात कोण जाणे?''

''हे तर काहीच नाही. मी परवा त्या मल्टिनॅशनल कंपनीमध्ये गेलो होतो ना? त्यांनी तर इंटरव्ह्यूच्या नावाखाली चक्क एका रिझॉर्टमध्ये एका दिवसाची पिकनिकच ठेवली होती. खेळ, मौज, खाणे-पिणे, सगळं काही होतं. आता चार दिवसांनी कॉल करणार आहेत.''

'जानेमन' कट्ट्यावर जमलेले ते सगळे नोकरीच्या शोधात असलेले मित्र एकमेकांना आपले अनुभव सांगत होते. त्यांच्या या गप्पा ऐकताना एक गोष्ट मला सतत जाणवत होती. गेल्या काही वर्षापर्यंत इंटरव्ह्यू म्हटले म्हणजे हातात सर्टिफिकेटची फाइल घेऊन जायचे. ऑफिसच्या एका खोलीत आणि निराळी खोली नसेल तर एका टेबलासमोर, त्या कंपनीतल्या एका अधिकाऱ्यासमोर जाऊन बसायचे; तेही शिपायाने आपले नाव पुकारल्यावर. तो अधिकारी विचारेल त्या चार-दोन प्रश्नांना उत्तरे दिली की झाला इंटरव्ह्यू. या पद्धतीच्या इंटरव्ह्यूला 'फेस टू फेस इंटरव्ह्यू' किंवा 'वैयक्तिक इंटरव्ह्यू!' असे म्हटले जाते, पण आता ही परिस्थिती बदललेली आहे. कामाच्या स्वरूपाप्रमाणे, कंपनीच्या कार्यसंस्कृतीप्रमाणे,

व्यवस्थापनाच्या धोरणाप्रमाणे इंटरव्ह्यूचे प्रकार बदललेले आहेत, परंतु आजच्या तरुण पिढीतील सर्वांपर्यंत हे प्रकार पोहोचलेले नाहीत, त्यामुळे इंटरव्ह्यूच्या विविध प्रकारांची माहिती आपण या प्रकरणात करून घेणार आहोत.

१. 'फेस टू फेस इंटरव्ह्यू' किंवा वैयक्तिक इंटरव्ह्यू :

ज्ञानदा नुकतीच बी.सी.एस. पास झाली आणि नुसतीच पास नाही तर तिला डिस्टिन्क्शन मिळाले आणि कॉलेजमध्ये तर ती पहिली आली. नोकरीसाठी मात्र तिला बऱ्याच ठिकाणी अर्ज करावे लागले, त्यातूनच तिला आज सर्वेश कॉम्प्युटर टेक्नॉलॉजीज्मध्ये इंटरव्ह्यूसाठी कॉल आला होता. इंटरव्ह्यू होता दुपारी चार वाजता, पण उशीर व्हायला नको म्हणून ज्ञानदा तीन वाजताच सर्वेश कॉम्प्युटर्समध्ये पोहोचली. बघते तर काय! तिच्यासारखेच आणखी २५-३० उमेदवार त्याच इंटरव्ह्यूसाठी तेथे येऊन थांबले होते. थोडेसे संकोचाने एकमेकांकडे बघत एकमेकांची ओळख करून घेत होते. सगळेच थोडे टेन्शनमध्ये. इंटरव्ह्यूची वेळ जशी जवळ येत चालली तसे त्या सर्वांना एका मोठ्या हॉलमध्ये बसायला सांगितले. तेथे एक रजिस्टर ठेवलेले होते. त्या रजिस्टरमध्ये त्यांना सह्या करायला सांगितले. ज्ञानदाला थोडे नर्व्हस वाटत होते. तिचे नाव पुकारले गेले. शिपायाने इंटरव्ह्यू केबिन दाखवली.

दार किंचित उघडून, केबिनमध्ये डोकावून बघत तिने विचारले, ''मी आत येऊ का?'' आतून उत्तर आले, ''प्लीज कम इन.'' 'बाप रे, सगळा इंटरव्ह्यू इंग्रजीतच होणार वाटतं?' तिच्या मनात विचार आला.

केबिनमध्ये एक मोठे टेबल होते. एका एक्झिक्युटिव्ह चेअरमध्ये एक रुबाबदार, हसतमुख मध्यमवयीन गृहस्थ बसलेले होते. ज्ञानदाकडे एकटक बघत समोरच्या खुर्चीकडे बोट करत ते म्हणाले, ''बसा.'' ज्ञानदाकडे एक हसरा कटाक्ष टाकत परत ते म्हणाले, ''गुड आफ्टरनून.'' ज्ञानदालाही एव्हाना धीर आला होता. त्यांच्याकडे हसून बघत, बसत ती म्हणाली, ''गुड आफ्टरनून सर.'' फाइलमधले कागद बघत ते म्हणाले, ''कोणत्या भाषेत इंटरव्ह्यू द्यायला तुम्हाला कम्फर्टेबल वाटेल?'' ''मराठीत चालेल सर?'' आणि इंटरव्ह्यूची सुरुवात झाली.

जेव्हा इंटरव्ह्यू घेणारी व्यक्ती एकच असते आणि इंटरव्ह्यू घेणारी व्यक्ती आणि उमेदवार यांच्यात प्रत्यक्ष समोरासमोर बसून इंटरव्ह्यू घेतला जातो, तेव्हा त्या इंटरव्ह्यूला 'फेस टू फेस इंटरव्ह्यू' असे म्हटले जाते.

'फेस टू फेस' इंटरव्ह्यूला 'वैयक्तिक' इंटरव्ह्यू असेही म्हटले जाते. बहुतेक सर्वांना इंटरव्ह्यूचा हा प्रकार परिचित आहे. इंटरव्ह्यूचा हा एक पारंपरिक प्रकार आहे.

जगात बहुतेक ठिकाणी याच पद्धतीने इंटरव्ह्यू घेतले जातात.

'फेस टू फेस इंटरव्ह्यू' किंवा वैयक्तिक इंटरव्ह्यूचे फायदे :

१. एकच व्यक्ती तुमचा इंटरव्ह्यू घेत असते.

२. आपण नक्की कोणाबरोबर बोलतो आहोत ते समजते.

३. त्या व्यक्तीबरोबर तुम्हाला चटकन मोकळेपणाने बोलता येते.

४. इंटरव्ह्यूचा आलेला ताण चटकन जातो.

५. जास्त विश्वासार्हता वाटते.

६. इंटरव्ह्यू म्हटले म्हणजे हे असेच वातावरण असते याची पूर्वकल्पना असते.

'फेस टू फेस इंटरव्ह्यू' किंवा वैयक्तिक इंटरव्ह्यूचे तोटे :

१. जर पटकन समोरच्या व्यक्तीबद्दल मोकळेपणा वाटला नाही, तर इंटरव्ह्यू देणाऱ्या व्यक्तीला अधिकच ताण येतो, घाबरल्यासारखे वाटते. त्या वेळी आपला ताण घालविण्यासाठी उमेदवार काही करू शकत नाही.

२. इंटरव्ह्यू घेणाऱ्या व्यक्तीच्या व्यक्तिमत्त्वाचा प्रभाव आपल्यावर पडला तर दडपण वाढते.

३. एखादे उत्तर चुकले, तर पुढच्या प्रश्नांची उत्तरेही आठवत नाहीत.

४. एकच व्यक्ती आपल्या ज्ञानाचे, कौशल्यांचे, क्षमतांचे मूल्यमापन करणार असते. ते नीट होईल किंवा नाही याबद्दल साशंकता वाटत राहते. एकाच व्यक्तीच्या मतावर आपले भवितव्य अवलंबून असते.

'फेस टू फेस इंटरव्ह्यू' किंवा वैयक्तिक इंटरव्ह्यू घेण्याच्या दोन पद्धती प्रचलित आहेत.

१. अनौपचारिक (इन्फॉर्मल/अनस्ट्रक्चर्ड) इंटरव्ह्यू :

यामध्ये सहज गप्पा माराव्यात या पद्धतीने प्रश्न विचारले जातात. इंटरव्ह्यू घेण्याची जागा, कोणते प्रश्न विचारायचे, उमेदवाराचे मूल्यमापन कसे करायचे, त्याचे मूल्यांकन कसे करायचे यासंबंधी कोणतेही नियोजन केलेले नसते, यामुळे उमेदवार मोकळेपणाने माहिती देईल अशी अपेक्षा ठेवली जाते, परंतु अनेकदा या पद्धतीचा इंटरव्ह्यू अयशस्वी होतो, कारण त्यामध्ये वस्तुनिष्ठ दृष्टिकोन स्वीकारणे अवघड जाते. इंटरव्ह्यूचे गांभीर्य राहत नाही, चर्चा भरकटली जाते. सर्व उमेदवारांना सारखेच प्रश्न विचारले जात नाहीत, त्यामुळे त्यांचे तौलनिक मूल्यमापन करताना अडचण येते. काही महत्त्वाचे प्रश्न विचारायचे विसरण्याची शक्यता असते.

त्यामुळे आता ही पद्धत विशेष प्रचारात नाही.

२. औपचारिक (फॉर्मल/स्ट्रक्चर्ड) इंटरव्ह्यू :

ही पद्धत सर्वत्र प्रचलित आहे. यामध्ये त्या कंपनीचे नियुक्त अधिकारी इंटरव्ह्यू घेतात. कोणते प्रश्न विचारायचे, उमेदवाराची कोणती माहिती मिळवायची, इंटरव्ह्यूच्यावेळी कोणती कागदपत्रे उमेदवाराकडून घ्यायची, उमेदवाराचे मूल्यमापन करण्याचे निकष कोणते, त्यासाठी त्याचे मूल्यांकन कसे करायचे, त्याची उपस्थिती रजिस्टरमध्ये सही घ्यायची का, अशा विविध गोष्टींचे नियोजन कंपनीतर्फे केले जाते. त्यामुळे या पद्धतीच्या इंटरव्ह्यूमध्ये वस्तुनिष्ठता येते. इंटरव्ह्यूचे गांभीर्य राहते. चर्चा भरकटली जात नाही. सर्व उमेदवारांना सारखेच प्रश्न विचारले जातात. त्यामुळे त्याचे तौलनिक मूल्यमापन करताना अडचण येत नाही. उमेदवारावरही अन्याय होत नाही, तसेच अमूकच उमेदवार का निवडला, त्याचे मुद्देसूद स्पष्टीकरणही देता येते.

'फेस टू फेस इंटरव्ह्यू' किंवा वैयक्तिक इंटरव्ह्यूमध्ये पाळावयाचे शिष्टाचार :

'फेस टू फेस इंटरव्ह्यू' किंवा वैयक्तिक इंटरव्ह्यू देत असताना काही महत्त्वाचे शिष्टाचार पाळण्याची आवश्यकता असते.

१. तुमचे नाव पुकारल्यावर म्हणजेच तुम्हाला इंटरव्ह्यू केबिनमध्ये बोलाविल्यावर शांतपणे उभे राहून एकदा दीर्घ श्वास घ्या, त्यामुळे इंटरव्ह्यूचा आलेला ताण जाईल.

२. हातात जर फाइल, कागदपत्र असतील तर ती व्यवस्थित हातात धरा. म्हणजे इंटरव्ह्यू केबिनमध्ये गेल्यावर किंवा जाताना हातातले कागद पडणार नाहीत.

३. चेहऱ्यावर घाम आला असेल, तर आत जाण्यापूर्वींच पुसून घ्या. आत गेल्यावर घाम पुसत बसलात तर आपली छाप चांगली पडत नाही.

४. आत जाताना केबिनचे दार जर बंद असेल तर हलकेच दारावर बोटाने टकटक करा. दार धाडधाड वाजवू नका. दार उघडल्यावर हळू आवाजात, पण स्पष्टपणे 'मी आत येऊ का?' असे विचारा.

५. खुर्चीत बसायला सांगितल्यावरच बसा. काहीवेळा तुम्हाला 'बसा' असे म्हणायला विसरले जाण्याची शक्यता असते, अशावेळी किंचित हसून, पण अदबीने 'मी बसू का?' असे विचारा आणि मग खुर्चीत बसा.

६. खुर्ची सावकाश सरकवा आणि सावकाश बसा. धपकन बसू नका.

७. खुर्चीत बसत असतानाच इंटरव्ह्यू घेणाऱ्या व्यक्तीला 'नमस्कार' किंवा जी वेळ असेल त्याप्रमाणे 'गुड मॉर्निंग/गुड आफ्टरनून/गुड इव्हिनिंग सर/मॅडम' असे म्हणून अभिवादन करा.

८. हातातले कागद टेबलावर ठेवू नका. काही अधिकाऱ्यांना ते आवडत नाही.

९. तुम्हाला प्रश्न विचारायला सुरुवात होईपर्यंत शांतपणे बसून राहा.

१०. इंटरव्ह्यूच्यावेळी आपली 'देहबोली' म्हणजे 'बॉडी लँग्वेज' कशी असली पाहिजे याबद्दल सविस्तर माहिती प्रकरण क्रमांक ७मध्ये दिलेली आहे. त्या माहितीचा आणि दिलेल्या सूचनांचा अभ्यास करा. त्या सर्व सूचनांची इंटरव्ह्यू देत असताना अंमलबजावणी करा.

११. इंटरव्ह्यूला जाताना आपले 'इंटरव्ह्यू कॉल लेटर'बरोबर घेऊन जावे.

१२. इंटरव्ह्यू झाल्यावर इंटरव्ह्यू घेणाऱ्या व्यक्तीस परत 'थँक्यू सर' किंवा इंटरव्ह्यू घेणारी जर महिला असेल तर 'थँक्यू मॅडम' म्हणून अभिवादन करावे आणि केबिनच्या बाहेर जाताना दाराचा धाडकन आवाज होणार नाही अशा पद्धतीने बाहेर पडावे.

२. पॅनेल इंटरव्ह्यू किंवा ग्रुप इंटरव्ह्यू :

मालती मल्टिप्लास्ट फर्निचर्स प्रा. लि.मध्ये सगुणा इंटरव्ह्यूला आली होती. तिचे नाव पुकारले गेल्यावर ती इंटरव्ह्यू केबिनमध्ये गेली. चारही बाजूंनी आपल्यावर बंदुका रोखलेल्या आहेत की काय असे तिला वाटले. आतले वातावरण बघून तिचे हातपाय अधिकच गार पडले. इंटरव्ह्यू घ्यायला खरे म्हटले तर एकच व्यक्ती असायला पाहिजे, पण इथे तर नऊजण इंटरव्ह्यू घेण्यासाठी बसलेले होते.

आता मालती मल्टिप्लास्टचीच आपण माहिती करून घेऊ. मालती मल्टिप्लास्टमध्ये एकूण पाच डायरेक्टर्स आहेत. कंपनीचे मॅनेजिंग डायरेक्टर अंकित एका खुर्चीत आहेत. त्यांच्या शेजारी मधल्या खुर्चीत बसले आहेत त्यांचे वडील आणि कंपनीचे सीनियर डायरेक्टर नानासाहेब. त्यांच्यापलीकडे अंकितचे मोठे भाऊ आणि कंपनीचे डायरेक्टर अंकुश आहेत, जे कंपनीच्या व्यवहारात विशेष लक्ष घालत नाहीत, पण राजकारणात सक्रिय आहेत. त्यांच्यापलीकडे आहे अनंत, हा अंकितचा सगळ्यात लहान भाऊ जो अजूनही शिकतो आहे, पण कंपनीचा डायरेक्टर आहे. अंकितच्या दुसऱ्या बाजूला त्याचा मधला भाऊ आणि कंपनीचा डायरेक्टर अंकुर बसला आहे. वास्तविक ही कंपनी संपूर्णपणे अंकितच चालवितात. इतर कोणत्याही भावाला आणि नानासाहेबांनासुद्धा या कंपनीत लक्ष घालायला वेळ

नाही, पण कोणत्याही पदासाठी इंटरव्ह्यू असला तरी हे पाचहीजण उपस्थित असायलाच हवेत असा त्यांच्या कंपनीचा शिरस्ता आहे. या व्यतिरिक्त एक कामगारांचा प्रतिनिधी, एक विषयतज्ज्ञ, एक त्या डिपार्टमेंटचा प्रमुख आणि एक मनुष्यबळ विकास विभागाचा प्रमुख असे एकूण नऊजण इंटरव्ह्यू घेण्यासाठी तेथे जमलेले होते.

अर्थात प्रश्न विचारण्याचे काम या कंपनीमध्ये फक्त मॅनेजिंग डायरेक्टर आणि विषयतज्ज्ञच करतात, पण इंटरव्ह्यूचे पॅनेल मात्र नऊजणांचे आहे.

जेव्हा इंटरव्ह्यू घेणाऱ्या व्यक्ती एकापेक्षा अधिक असतात आणि उमेदवाराचा प्रत्यक्ष समोरासमोर बसून इंटरव्ह्यू घेतला जातो, तेव्हा त्या इंटरव्ह्यूला 'पॅनेल इंटरव्ह्यू' किंवा 'ग्रुप इंटरव्ह्यू' असे म्हटले जाते.

आपला इंटरव्ह्यू घेण्यासाठी किती व्यक्ती आहेत, याचे उमेदवाराने टेन्शन घेण्याचे काहीच कारण नाही. पॅनेल किंवा ग्रुपमध्ये कितीही व्यक्ती असल्या तरी एकावेळी एकच व्यक्ती प्रश्न विचारणार आहे. त्यामुळे प्रश्नोत्तरे करत असताना पॅनेल किंवा ग्रुप इंटरव्ह्यूसुद्धा शेवटी वैयक्तिक इंटरव्ह्यूसारखाच होतो.

पॅनेल किंवा ग्रुप इंटरव्ह्यूचे फायदे :

१. इंटरव्ह्यूमध्ये प्रश्न विचारणाऱ्या जास्त व्यक्ती असल्यामुळे एका व्यक्तीबरोबर उत्तरे देताना जरी आपल्याला मोकळेपणा वाटला नाही किंवा ताण आला तरी दुसरी व्यक्ती प्रश्न विचारू शकते, त्यामुळे आपला इंटरव्ह्यू चांगला होण्याची शक्यता अधिक असते.

२. इंटरव्ह्यू घेणाऱ्या व्यक्ती निरनिराळ्या विषयांशी संबंधित असतात. त्यांचा अनुभव वेगवेगळा असतो, त्यामुळे निरनिराळ्या पद्धतीनी प्रश्न विचारले जातात. याचा फायदा होऊन आपल्याला आपले ज्ञान, माहिती, क्षमता त्यांच्यापर्यंत पोहोचविणे शक्य होते.

३. आपले निरीक्षण करणाऱ्या व्यक्ती एकापेक्षा अधिक असतात, त्यामुळे एकाच व्यक्तीच्या मतावर आपल्या निवडीचा निर्णय अवलंबून राहत नाही.

पॅनेल किंवा ग्रुप इंटरव्ह्यूचे तोटे :

१. इंटरव्ह्यूमध्ये प्रश्न विचारणाऱ्या जास्त व्यक्ती असल्यामुळे त्यांची मानसिकता, प्रश्न विचारण्याचा रोख आणि उद्देश वेगवेगळा असतो. त्या प्रत्येकाला इतक्या थोड्यावेळांत समजावून घेणे खूप अवघड वाटते.

२. इंटरव्ह्यूमध्ये प्रश्न विचारणाऱ्या जास्त व्यक्ती असल्यामुळे आपल्याला

मानसिक ताण येण्याची शक्यता असते.

३. प्रश्न विचारणाऱ्या व्यक्ती अनेक असल्यामुळे त्यातील एखाद्याच व्यक्तीबद्दल जर आपल्याला चटकन आपलेपणा वाटला, तर आपण सतत त्याच व्यक्तीकडे बघून बोलणे, त्या व्यक्तीचा अप्रत्यक्षपणे मानसिक आधार घेण्याचा प्रयत्न करणे, असे अनावश्यक वर्तन आपल्याकडून होण्याची संभावना असते.

४. अनावश्यक चर्चेत, बोलण्यात वेळ गेल्यास इंटरव्ह्यूला निराळेच वळण लागण्याची शक्यता असते.

५. कोणाही एका व्यक्तीचे मत प्रभावी ठरून इंटरव्ह्यूचा निकाल आपल्या विरोधात जाण्याची शक्यता असते.

पॅनेल किंवा ग्रुप इंटरव्ह्यूमध्ये पाळावयाचे शिष्टाचार :

१. 'फेस टू फेस इंटरव्ह्यू' किंवा वैयक्तिक इंटरव्ह्यू देत असताना जे महत्त्वाचे शिष्टाचार पाळण्याची आवश्यकता असते तेच सर्व शिष्टाचार पॅनेल इंटरव्ह्यू किंवा ग्रुप इंटरव्ह्यूमध्येही पाळावयाचे असतात.

२. पॅनेल इंटरव्ह्यू किंवा ग्रुप इंटरव्ह्यूमध्ये पाळावयाचा महत्त्वाचा शिष्टाचार म्हणजे इंटरव्ह्यूसाठी केबिनमध्ये गेल्यावर तेथे उपस्थित असलेल्या सर्व व्यक्तींकडे बघून अभिवादन करा, कारण आपल्यासाठी सर्वच व्यक्ती महत्त्वाच्या असतात, तसेच काही वेळेला खरी महत्त्वाची व्यक्ती बाजूला एखाद्या कोपऱ्यात बसलेली असते.

३. प्रश्नांची उत्तरे देत असताना प्रश्न विचारणाऱ्या व्यक्तीकडे बघून उत्तरे द्या, पण इतर व्यक्तींकडे बघूनही नजर फिरवा.

४. सातत्याने एकाच व्यक्तीकडे बघून बोलण्याचे टाळा, नाहीतर तुमच्यामध्ये आत्मविश्वासाचा अभाव आहे, असा निष्कर्ष काढला जाईल.

५. हातातले कागद टेबलावर ठेवू नका. काही अधिकाऱ्यांना ते आवडत नाही.

६. तुम्हाला प्रश्न विचारायला सुरुवात होईपर्यंत शांतपणे बसून राहा.

७. इंटरव्ह्यूच्यावेळी आपली देहबोली म्हणजे 'बॉडी लँग्वेज' कशी असली पाहिजे, याबद्दल सविस्तर माहिती प्रकरण क्रमांक ७मध्ये दिलेली आहे. त्या माहितीचा आणि दिलेल्या सूचनांचा अभ्यास करा. त्या सर्व सूचनांची इंटरव्ह्यू देत असताना अंमलबजावणी करा.

८. इंटरव्ह्यूला जाताना आपले इंटरव्ह्यू कॉल लेटर बरोबर घेऊन जावे.

९. इंटरव्ह्यू झाल्यावर इंटरव्ह्यू घेणाऱ्या व्यक्तीस परत 'थँक्यू सर' किंवा

इंटरव्ह्यू घेणारी जर महिला असेल तर 'थँक्यू मॅडम' म्हणून अभिवादन करावे आणि केबिनच्या बाहेर जाताना दाराचा धाडकन आवाज होणार नाही अशा पद्धतीने बाहेर पडावे.

३. टेलिफोनिक इंटरव्ह्यू :

त्या दिवशी दुपारी निशाकडे गेले, तर तिने पळत-पळत येऊनच दार उघडले असे मला वाटले. घरात अगदी शांतता होती. नेहमी निशाच्या घरात पाय ठेवण्याआधीच किशोरी आमोणकर, शोभा गुर्टु किंवा भीमसेन जोशींचा स्वर आपले स्वागत करतो, पण आज रेकॉर्ड प्लेअर, टी.व्ही. बंदच होता. तोंडावर बोट ठेवून मला न बोलण्याचा संकेत देतच तिने दार उघडले होते. ''काय झाले?'' म्हणून मी काळजीभरल्या शब्दांत विचारले, तर तिने ''हळू बोल. मधू फोनवर बोलतो आहे.'' असे मधूकडे बोट दाखवत सांगितले. मधू तर सारखाच घरच्या फोनवर नाहीतर मोबाईलवर बोलत असतो, मग आज त्यात एवढं विशेष काय ते मला काही समजेना. त्यात गणपतीचा फोटो टेलिफोनसमोर ठेवलेला बघून तर मी चाटच पडले. मला हाताला धरूनच स्वयंपाकघरात नेत ती म्हणाली, ''अगं, त्याचा कॉल सुरू आहे. तो फोनवरूनच इंटरव्ह्यू देतो आहे.'' ''ओ. के. अशी भानगड आहे तर! तरीच म्हटले आज तुझे घर इतके शांत कसे?''

हा असा कॉल येणे, टेलिफोनवरच इंटरव्ह्यू देणे आणि घेणे ही आता अनेकजणांच्या परिचयाची गोष्ट झालेली आहे.

धकाधकीच्या जमान्यात जर आपण प्रगत तंत्रज्ञानाचा फायदा घेतला नाही तरच नवल वाटेल. टेलिफोनवरच इंटरव्ह्यू घेण्याची पद्धत आता प्रचलित होत आहे. विशेषत: जागतिकीकरणामुळे अनेक मल्टिनॅशनल कंपन्या उमेदवारांचे इंटरव्ह्यू पहिल्या फेरीत टेलिफोनवरच घेतात. या पद्धतीच्या इंटरव्ह्यूमध्ये उमेदवाराला 'तुमचा इंटरव्ह्यू टेलिफोनवरून घेतला जाईल', असे कळविले जाते. इंटरव्ह्यूची तारीख आणि वेळही सांगितली जाते.

टेलिफोनिक इंटरव्ह्यूचे फायदे :
१. उमेदवाराचा कंपनीपर्यंत जाण्या-येण्याचा वेळ आणि खर्च वाचतो.
२. उमेदवार घरीच बसून बोलत असतो, त्यामुळे अपरिचित, अनोळखी वातावरणाचे दडपण येत नाही.
३. इंटरव्ह्यू घेणाऱ्या व्यक्तीच्या व्यक्तिमत्त्वाचा प्रभाव पडत नाही आणि दबाव येत नाही.

४. आपली निवड होईल किंवा नाही याचा प्राथमिक अंदाज आपल्याला येतो. त्याप्रमाणे पुढील इंटरव्ह्यूची तयारी करणे अधिक सोपे होते.

टेलिफोनिक इंटरव्ह्यूचे तोटे :

१. अनेक व्यक्तींना टेलिफोनवर बोलण्याचे शिष्टाचार किंवा 'मॅनर्स' माहीत नसतात. त्यामुळे या व्यक्ती अतिशय अनौपचारिकरीत्या बोलतात. त्यांना इंटरव्ह्यूचे गांभीर्य लक्षात येत नाही.

२. काही उमेदवार टेलिफोनवर इंटरव्ह्यू द्यायला घाबरतात.

३. इंटरव्ह्यू घेणाऱ्या व्यक्तीचा प्रतिसाद जर समजला नाही, तर काही उमेदवारांना आत्मविश्वास वाटत नाही, त्यामुळे ते चांगला इंटरव्ह्यू देऊ शकत नाहीत.

४. इतर किती उमेदवार इंटरव्ह्यूसाठी बोलाविलेले आहेत तसेच या उमेदवारांची पात्रता याबद्दल काहीच माहिती नसल्यामुळे उमेदवाराला एकतर स्वत:च्या निवडीबद्दल फाजील आत्मविश्वास वाटतो किंवा न्यूनगंड तरी तयार होतो, त्यामुळे त्याचा इंटरव्ह्यू चांगला होत नाही.

५. घरातील वातावरण इंटरव्ह्यू देण्यासाठी अनुकूल नसेल, तर इंटरव्ह्यू देत असताना अडथळे येण्याची शक्यता असते. त्याचा इंटरव्ह्यूवर परिणाम होतो.

६. काही उमेदवारांकडे टेलिफोनची सुविधा नसते. त्यांची या पद्धतीमुळे अडचण होते.

टेलिफोनिक इंटरव्ह्यूमध्ये उमेदवाराने लक्षात ठेवण्याची अत्यंत महत्त्वाची गोष्ट म्हणजे जरी इंटरव्ह्यू टेलिफोनवर घेतला गेला तरी त्याचे स्वरूप शेवटी 'वैयक्तिक' इंटरव्ह्यूचेच होते. एकच व्यक्ती आपल्याला प्रश्न विचारत असते. त्यामुळे त्यांनी विचारलेल्या प्रश्नांना आपण समर्पक उत्तरे द्यावीत.

टेलिफोनिक इंटरव्ह्यूमध्ये पाळावयाचे शिष्टाचार :

१. टेलिफोनिक इंटरव्ह्यूमध्ये आपल्याला प्रश्न विचारणारी व्यक्ती दिसत नाही. ही गोष्ट वगळता टेलिफोनिक इंटरव्ह्यू आणि 'फेस टू फेस इंटरव्ह्यू' किंवा वैयक्तिक इंटरव्ह्यूमध्ये कोणताही फरक नाही. त्यामुळे 'फेस टू फेस इंटरव्ह्यू' किंवा वैयक्तिक इंटरव्ह्यूमध्ये पाळावयाचे सर्व शिष्टाचार आणि देहबोलीच्या सूचना टेलिफोनिक इंटरव्ह्यूमध्येही पाळावयाच्या असतात.

२. याव्यतिरिक्त टेलिफोनिक इंटरव्ह्यूसाठी पुढीलप्रमाणे तयारी करणे

आवश्यक आहे :

✦ घरातील आजूबाजूला असलेल्या सर्व व्यक्तींना आपला टेलिफोनिक इंटरव्ह्यू होणार असल्याचे सांगा, त्या वेळी घरात कोणतीही गडबड, दंगा, आवाज होणार नाही याची काळजी घ्यावी.

✦ स्वत: टेलिफोनशेजारीच बसावे म्हणजे कॉल/फोन आल्यावर तुम्ही स्वत:च फोन उचलाल. इतर व्यक्तीने फोन उचलला तर आपली छाप चांगली पडत नाही.

✦ इंटरव्ह्यू सुरू होण्याआधीच आपल्याला आवश्यक असणारी सर्व कागदपत्रे तसेच कोरे कागद, पेन/पेन्सिल टेबलावर काढून ठेवावी.

✦ इंटरव्ह्यूच्यावेळी आपल्याला असे कागद बघून उत्तर द्यावयाचे असले, तर तसे इंटरव्ह्यू घेणाऱ्या व्यक्तीला सांगावे; म्हणजे तुम्ही काय करता आहात ते त्याला समजेल.

✦ मोठ्या आवाजात बोलू नये. त्याचा ऐकणाऱ्या व्यक्तीला त्रास होतो.

✦ हातात कागद, पेन, पेन्सिल घेऊन बोलू नये. तसेच पेन, पेन्सिलीचा टेबलावर ठेका धरून बोलू नये. अनेकजणांना फोनवर बोलताना हातातल्या वस्तूने, पायाने ठेका धरायची सवय असते. ते टेलिफोनवर ऐकणाऱ्या व्यक्तीला त्रासदायक वाटते, त्यामुळे आपली छाप चांगली पडत नाही.

✦ आपले बोलणे फोनवर बोलणारी दुसरी व्यक्ती काळजीपूर्वक ऐकते आहे की नाही, हे तज्ज्ञ व्यक्तीला लगेच समजते. त्यामुळे बोलत असताना मनापासून बोलावे, नाटकीपणे बोलू नये.

✦ टेलिफोनवर अगदी लहानसा आवाजही टिपला जातो. त्यामुळे उगीचच सुस्कारे सोडणे, तोंडाने कसलेही आवाज काढणे टाळावे.

३. इंटरव्ह्यू झाल्यावर इंटरव्ह्यू घेणाऱ्या व्यक्तीस 'थँक्यू सर' किंवा इंटरव्ह्यू घेणारी जर महिला असेल तर 'थँक्यू मॅडम' म्हणून अभिवादन करा.

४. फोन बंद केल्यावर धाडकन रिसिव्हर आपटू नका. कदाचित दुसऱ्या व्यक्तीने फोन बंद केलेला नसतो, त्यामुळे आपली छाप चांगली पडत नाही.

४. व्हिडिओ कॉन्फरन्स इंटरव्ह्यू :

''बाबा, अमेरिकेतून माझा इंटरव्ह्यू घेणार आहेत.'' निशितने ओरडतच आपल्या बाबांना ती बातमी सांगितली. ''अरे, कसं शक्य आहे ते? अमेरिका कुठे, आपण कुठे आणि तिथून ते कसा काय तुझा इंटरव्ह्यू घेऊ शकणार?'' बाबांनी आश्चर्यानेच

विचारले. ''अहो बाबा, आता हे अगदी शक्य आहे. आपण परदेशात चालणाऱ्या क्रिकेट मॅचेस भारताच्या कोणत्याही कानाकोपऱ्यांत पाहू शकतो. परदेशात कोठेही आपली मराठी टेलिव्हिजनची चॅनेल्स दिसतात. परदेशातील हॉस्पिटल्समध्ये होणारी ऑपरेशन्स अगदी त्याच वेळी आपले डॉक्टर्स येथे पाहू शकतात. आपले नेते परदेशातल्या कॉन्फरन्सचे उद्घाटन आणि उद्घाटनाचे भाषण येथून करू शकतात. त्यानिमित्ताने तेथील लोक आपल्या नेत्यांना प्रश्न विचारू शकतात. अहो, हे आता उपग्रहांच्या साहाय्याने केल्या जाणाऱ्या दळणवळणाने म्हणजे 'कम्युनिकेशन'मुळे शक्य आहे, त्याचप्रमाणे परदेशातील कंपन्या आपल्या उमेदवारांचे इंटरव्ह्यू घेऊ शकतात.'' ''अरे, पण त्याच्यासाठी व्हिडिओ लागतो म्हणजे काय लागते? आमच्यावेळी असे काहीही नव्हते आणि असे काही असू शकेल यावर माझा विश्वासही बसला नसता.'' ''बाबा, म्हणूनच सांगतो आहे तुम्हाला. हा बघा. मी हा वेबकॅम म्हणजे वेबकॅमेरा आणला आहे. त्याचबरोबर हा मायक्रोफोनही आणला आहे. आता मी हे सर्व आपल्या कॉम्प्युटरला जोडणार आहे. या कॅमेरा आणि मायक्रोफोनमधून आपला फोटो आणि आवाज दृक-श्राव्य म्हणजे 'ऑडिओ-व्हिडिओ' संदेश किंवा 'सिग्नल्स' या रुपांत आपल्या कॉम्प्युटरमध्ये जातात. तेथून ते सिग्नल्स आपल्या कॉम्प्युटरशी इंटरनेटद्वारे जोडलेल्या जगातील दुसऱ्या कोणत्याही कॉम्प्युटरमध्ये जातात. त्या कॉम्प्युटरच्या स्क्रीनवर आपला फोटो दिसतो तसेच त्या कॉम्प्युटरला जोडलेल्या स्पीकर्समधून आपला आवाज तेथील लोकांपर्यंत पोहोचू शकतो, त्याचप्रमाणे त्यांचा आवाज आणि फोटो आपल्या कॉम्प्युटरवर दिसतो आणि आवाजही ऐकू येतो. आता माझा इंटरव्ह्यू असेल तेव्हा तुम्हाला प्रात्यक्षिकही बघायला मिळेल.'' टेलिफोनिक इंटरव्ह्यूप्रमाणेच आजकाल व्हिडिओ कॉन्फरन्स पद्धतीने इंटरव्ह्यू घेण्यास सुरुवात झालेली आहे.

व्हिडिओ कॉन्फरन्स इंटरव्ह्यूचे फायदे :

१. टेलिफोनिक इंटरव्ह्यूमध्ये आपण ज्यांच्याशी बोलतो आहोत ती व्यक्ती आपल्याला दिसत नाही, त्यामुळे अनेकदा टेलिफोनिक इंटरव्ह्यूला वैयक्तिक संदर्भ प्राप्त होत नाही, परंतु व्हिडिओ कॉन्फरन्स इंटरव्ह्यूमध्ये आपला संवाद थेट त्या व्यक्तीबरोबर होत असतो, त्यामुळे या इंटरव्ह्यूला एक वैयक्तिक परिमाण तयार होते.

२. आपले बोलणे सहज आणि नैसर्गिक होते; त्यामध्ये कसलीही कृत्रिमता राहत नाही.

३. उमेदवाराची देहबोली, आत्मविश्वास, व्यक्तिमत्त्व पडताळून बघणे शक्य होते. त्यामुळे उमेदवार निवडीचा निर्णय घेणे सोपे जाते.

४. एकाचवेळी विविध ठिकाणच्या व्यक्तींशी बोलता येते. त्यामुळे इंटरव्ह्यूची प्रक्रिया लवकर पूर्ण होते.

५. उमेदवाराचा विविध ठिकाणी जाण्याचा वेळ आणि खर्च वाचतो.

व्हिडिओ कॉन्फरन्स इंटरव्ह्यूचे तोटे :

१. व्हिडिओ कॉन्फरन्स इंटरव्ह्यूमध्ये अनेकदा उमेदवाराला या तंत्रज्ञानाची माहिती आणि सवय नसते, त्यामुळे इंटरव्ह्यू देताना कृत्रिमता येते, घाबरल्यासारखे होते, मानसिक दडपण येते, याचा परिणाम इंटरव्ह्यूचा दर्जा खालाविण्यात होऊ शकतो.

२. इंटरव्ह्यू घेणाऱ्या व्यक्तीला आपण दिसत असतो, त्यामुळे इंटरव्ह्यू देत असताना येणारे दडपण घालविण्यासाठी आपण काहीही करू शकत नाही.

३. इंटरव्ह्यूच्यावेळी आपले कपडे, शारीरिक व्यक्तिमत्त्वाचे सादरीकरण, देहबोली अत्यंत आत्मविश्वासपूर्ण असणे महत्त्वाचे असते. व्हिडिओ कॉन्फरन्स इंटरव्ह्यू घरच्या घरीही दिला जातो. त्या वेळी ही काळजी घेणे महत्त्वाचे असते.

४. व्हिडिओ कॉन्फरन्स इंटरव्ह्यू घरच्या घरीही दिला जात असल्यामुळे त्या वेळी घरातील इतर व्यक्ती आवाज करणार नाहीत, कॅमेऱ्यात येणार नाहीत याची काळजी घ्यावी लागते.

५. तांत्रिक दोष उद्भवल्यामुळे काहीवेळा इंटरनेटचे कनेक्शन तुटते म्हणजेच 'ड्रॉप' होते, यामुळे इंटरव्ह्यूचे सातत्य म्हणजे 'लिंक' जाते, त्याचा परिणाम इंटरव्ह्यूचा दर्जा खालाविण्यात होऊ शकतो.

माध्यमाचे हे दोष किंवा अडचणी गृहीत धरल्या, तर व्हिडिओ कॉन्फरन्स इंटरव्ह्यूची भीती मनात बाळगण्याची काहीही आवश्यकता नाही.

व्हिडिओ कॉन्फरन्स इंटरव्ह्यूमध्ये पाळावयाचे शिष्टाचार :

१. व्हिडिओ कॉन्फरन्स इंटरव्ह्यूमध्ये फक्त इलेक्ट्रॉनिक माध्यमाचा वापर केलेला असतो, परंतु हा 'फेस टू फेस' किंवा वैयक्तिक इंटरव्ह्यूचाच प्रकार आहे. त्यामुळे आपण वैयक्तिक इंटरव्ह्यूसाठी जे शिष्टाचार पाळतो, ते सर्व शिष्टाचार व्हिडिओ कॉन्फरन्स इंटरव्ह्यूमध्येही पाळावयाचे आहेत.

२. इंटरव्ह्यू द्यायचा आहे म्हणून आपण फॉर्मल वेअर घालावेत – म्हणजे फुल शर्ट, पँट, टाय असा पोशाख असावा. बूट घालावेत; त्यामुळे

आपला आत्मविश्वासही वाढतो.

३. रुमाल, पेन, लिहिण्यासाठी कागद किंवा नोटबुक जवळ ठेवावे. आपला बायो-डेटा आणि इंटरव्ह्यूसाठी आवश्यक इतर महत्त्वाचे कागदपत्र जवळ पटकन सापडतील असे ठेवावेत.

४. इंटरव्ह्यूच्यावेळी आपल्याला असे कागद बघून उत्तर द्यावयाचे असले तर तसे इंटरव्ह्यू घेणाऱ्या व्यक्तीला सांगावे म्हणजे तुम्ही काय करत आहात ते त्याला समजेल.

५. ठसका लागतो, घशाला कोरड पडते म्हणून पाण्याचा ग्लास जवळ ठेवावा.

६. जर घरातूनच इंटरव्ह्यू देणार असाल, तर इंटरव्ह्यू सुरू झाल्यावर घरातील इतर व्यक्तींनी आवाज, गडबड, गोंगाट करू नये, मोठ्याने टी.व्ही., रेडिओ लावू नये अशी सूचना त्यांना देऊन ठेवावी.

७. कॅमेऱ्याच्या कक्षेत खोलीतील पसारा, अनावश्यक वस्तू येत नाहीत याची खात्री करावी.

८. इंटरव्ह्यू सुरू झाल्यावर इंटरव्ह्यू घेणाऱ्या व्यक्तीला 'नमस्कार', 'गुड मॉर्निंग/गुड आफ्टरनून/गुड इव्हिनिंग सर/मॅडम' असे म्हणून अभिवादन करा.

९. तुम्हाला प्रश्न विचारायला सुरुवात होईपर्यंत शांतपणे बसून राहा.

१०. इंटरव्ह्यूच्यावेळी आपली देहबोली म्हणजे 'बॉडी लँग्वेज' कशी असली पाहिजे याबद्दल सविस्तर माहिती प्रकरण क्रमांक ७मध्ये दिलेली आहे. त्या माहितीचा आणि दिलेल्या सूचनांचा अभ्यास करा. त्या सर्व सूचनांची इंटरव्ह्यू देत असताना अंमलबजावणी करा.

११. इंटरव्ह्यू सुरू असताना अंगाला आळोखेपिळोखे देऊ नका.

१२. इंटरव्ह्यूचे मानसिक दडपण घालविण्यासाठी टेबलावर हाताने, पेन्सिलीने टकटक करणे, ठेका धरणे असे करू नका, त्यामुळे इंटरव्ह्यूमध्ये व्यत्यय येतो.

१३. व्हिडिओ कॉन्फरन्स इंटरव्ह्यूमध्ये पलीकडील व्यक्तीचे पूर्ण वाक्य संपल्यावर तुम्हाला ते ऐकू येईपर्यंत थोडा वेळ मध्ये जातो. ही व्हिडिओ कॉन्फरन्स इंटरव्ह्यूची तांत्रिक समस्या आहे. त्या क्षणकाळ वेळात शांत बसून राहा. त्या वेळी चेहऱ्यावर थोडे हास्य ठेवून प्रश्न विचारणाऱ्या व्यक्तीकडे बघत राहा.

१४. बोलत असताना आपण नेहमी जसे बोलतो, बोलताना आपली देहबोली जशी असते त्याचप्रमाणे मनावर कोणताही ताण न येऊन देता बोला.

शरीर ताठ करून, अवघडून जाऊन, डोळे अगदी ताठरून किंवा स्थिर करून बोलू नका. ते अनैसर्गिक आणि कृत्रिम आहे, त्यामुळे आपली छाप इतरांवर चांगली पडत नाही.

१५. इंटरव्ह्यू झाल्यावर परत इंटरव्ह्यू घेणाऱ्या व्यक्तीस 'थँक्यू सर' किंवा इंटरव्ह्यू घेणारी जर महिला असेल तर 'थँक्यू मॅडम' म्हणून अभिवादन करा.

५. सिरियल इंटरव्ह्यू :

इंटरव्ह्यूचे कॉल लेटर बघूनच राजेंद्र हादरला. एकाच दिवशी त्याला पाच इंटरव्ह्यूज द्यायचे होते. तेही एकाच कंपनीत आणि एकाच पदासाठी होते. कसे शक्य आहे हे? वैयक्तिक इंटरव्ह्यू, जनरल नॉलेज टेस्ट, क्षमता मूल्यमापन चाचणी परीक्षा, तांत्रिक कौशल्ये इंटरव्ह्यू आणि परत मशिनवर प्रत्यक्ष काम करणे असे पाच इंटरव्ह्यूज त्याला द्यायचे होते. या सर्व इंटरव्ह्यूजमध्ये निवड झाली तर परत मनुष्यबळ विकास विभागातर्फे इंटरव्ह्यू म्हणजे 'एच.आर. इंटरव्ह्यू' घेतला जाणार होता.

जेव्हा एकापाठोपाठ एक असे विविध स्वरूपाचे अनेक इंटरव्ह्यूज क्रमाक्रमाने घेतले जातात तेव्हा त्याला 'सिरियल इंटरव्ह्यू' असे म्हणतात. यामध्ये निरनिराळ्या दृष्टिकोनांतून उमेदवाराची परीक्षा घेतली जाते. सिरियल इंटरव्ह्यूमध्ये सर्वसाधारणपणे पुढीलप्रमाणे इंटरव्ह्यू घेतले जातात.

१. मनुष्यबळ विकास विभागातर्फे घेण्यात येणारा म्हणजे 'एच.आर.' इंटरव्ह्यू

२. सामान्यज्ञानावर आधारित चाचणी म्हणजे 'जनरल नॉलेज' इंटरव्ह्यू

३. तांत्रिक कौशल्ये आणि कामाशी निगडित तंत्रज्ञानविषयक माहितीची परीक्षा आणि इंटरव्ह्यू

४. मानसिक क्षमतामापन इंटरव्ह्यू

५. समस्यापूर्ती इंटरव्ह्यू

आपण उमेदवाराचा सिरियल इंटरव्ह्यू घेणार असल्याचे उमेदवाराला प्रथम सूचित केले जाते. सिरियल इंटरव्ह्यूची तारीख, वार आणि वेळ उमेदवाराला कळविली जाते.

कंपनीचा मनुष्यबळ विकास विभाग यासाठी प्रश्नपत्रिका तयार करतो. या परीक्षा घेण्यासाठी कंपनीतर्फे काही निवडक अधिकारी नियुक्त केलेले असतात. या परीक्षांसाठी मार्किंग सिस्टिम ठरविलेली असते. काही परीक्षांसाठी 'निगेटिव्ह

मार्किंग' असते; म्हणजे त्या परीक्षेत तुम्हाला जितके मार्क मिळालेले असतील त्यामधून चुकलेल्या उत्तरांचे मार्क वजा केले जातात, त्यामुळे अशा 'सिरियल इंटरव्ह्यू'ला जाताना उमेदवारांनी सर्व चौकशी करून आणि माहिती घेऊनच जावे.

तुम्ही कोणाला भेटणार आहात, त्याचे त्या कंपनीतील पद किंवा स्थान काय आहे, व्यवस्थापनाच्या निर्णयप्रक्रियेमध्ये त्या व्यक्तीचे स्थान काय आहे, याचीही चौकशी करणे महत्त्वाचे आहे. इंटरनेटवर ही माहिती आपल्याला मिळू शकते.

आपण दिलेल्या सर्व इंटरव्ह्यूजची शेवटी एकत्रित पडताळणी आणि मूल्यमापन होणार आहे, हे लक्षात ठेवून आपल्या उत्तरांमध्ये सुसूत्रता असणे महत्त्वाचे आहे, पण तेच-तेच बोलणे आणि उत्तरातील तोच-तोचपणा टाळणे आवश्यक आहे.

सिरियल इंटरव्ह्यूचे फायदे :

१. उमेदवाराचे मूल्यमापन निरनिराळ्या अंगांनी किंवा पद्धतीने होत असल्यामुळे त्याचे सर्वांगीण आणि खऱ्या अर्थाने मूल्यमापन होते.

२. उमेदवाराला आपली गुणवत्ता दाखविण्याची भरपूर संधी मिळते.

३. मानसिक दडपण कमी होते आणि 'मानसिक दडपणामुळे चांगली नोकरी हातातून गेली', असे होत नाही.

४. एकाच परीक्षकाच्या मतावर उमेदवाराचे भवितव्य ठरत नाही.

५. उमेदवाराने विविध क्षेत्रांत मिळविलेले यश, त्याचे अपयश, स्वभावातील त्रुटी, मूल्ये, परस्पर संबंध जोपासण्याची क्षमता, उमेदवाराला काही गुन्हेगारी पार्श्वभूमी आहे का, अशा निरनिराळ्या बाजूंनी उमेदवाराचे मूल्यमापन करणे शक्य होते.

६. प्रत्येक इंटरव्ह्यूनंतर पुढील इंटरव्ह्यूची तयारी करण्यासाठी वेळ उपलब्ध असतो, त्यामुळे पुढील इंटरव्ह्यूसाठी आपली मानसिक तयारी करणे उमेदवाराला शक्य होते. आधीच्या इंटरव्ह्यूचा प्रभाव पुढील इंटरव्ह्यूवर पडणार नाही, याची काळजी घेण्यास पुरेसा वेळ मिळतो.

सिरियल इंटरव्ह्यूचे तोटे :

१. अनेक विषयांची परीक्षा एकाचवेळी द्यावयाची असल्यामुळे उमेदवाराच्या मनावर ताण येण्याचा संभव असतो.

२. उमेदवाराची शारीरिक क्षमता किंवा 'स्टॅमिना' कमी असेल, तर उमेदवाराच्या कामगिरीवर त्याचा परिणाम होणे शक्य आहे.

३. प्रत्येक विषयावर लक्ष केंद्रित करणे अनेक उमेदवारांना अवघड जाते.

४. सिरियल इंटरव्ह्यूमधला एखादा जरी इंटरव्ह्यू खराब झाला, तरी उरलेल्या इतर इंटरव्ह्यूंवर त्याचा परिणाम होऊ शकतो.

५. सर्व विषयांच्या तयारीला वेळ मिळाला नाही, तर उमेदवाराच्या कामगिरीवर परिणाम होण्याची शक्यता असते.

६. कंपनीच्या दृष्टिकोनातूनही सिरियल इंटरव्ह्यू वेळखाऊ, खर्चिक आणि अनेकदा परिणामशून्य होऊ शकतात.

सिरियल इंटरव्ह्यूमध्ये पाळावयाचे शिष्टाचार :

१. इंटरव्ह्यूला गेल्यावर तेथील अधिकाऱ्यांना आपले नाव सांगून आपण आल्याचे कळवावे. त्यांच्याकडून पुढील सूचना येईपर्यंत ते सांगतील तेथे शांतपणे बसून राहावे.

२. इंटरव्ह्यू घेण्यासाठी निश्चित ठिकाण ठरविलेले असते. तेथे कंपनीचे जे अधिकारी असतील त्यांना 'नमस्कार' किंवा जी वेळ असेल त्याप्रमाणे 'गुड मॉर्निंग/गुड आफ्टरनून/गुड इव्हिनिंग सर/मॅडम' असे म्हणून अभिवादन करावे.

३. तुम्हाला प्रश्न विचारायला सुरुवात होईपर्यंत शांतपणे बसून राहावे.

४. इंटरव्ह्यूच्यावेळी आपली देहबोली म्हणजे 'बॉडी लँग्वेज' कशी असली पाहिजे याबद्दल सविस्तर माहिती प्रकरण क्रमांक ७मध्ये दिलेली आहे. त्या माहितीचा आणि दिलेल्या सूचनांचा अभ्यास करा. त्या सर्व सूचनांची इंटरव्ह्यू देत असताना अंमलबजावणी करावी.

५. परीक्षेसाठी काहीवेळा तुम्हाला उमेदवार क्रमांक दिलेला असतो. तो क्रमांक जर आपल्या उत्तरपत्रिकेवर लिहावयाचा असेल तर तो नीट लक्षात ठेवावा आणि व्यवस्थित लिहावा.

६. उत्तरे सुवाच्य अक्षरात लिहावीत.

७. लेखी परीक्षा असल्यास जर आपल्याला एखादे उत्तर येत नसले, तर इतरांना विचारू नये किंवा इतरांना उत्तरे सांगत बसू नये. 'कॉपी' करणे तसेच कॉपी करायला मदत करणे, हा इंटरव्ह्यूच्यावेळीही गुन्हाच आहे.

८. इंटरव्ह्यूला जाताना आपले पेन, फुटपट्टी म्हणजे 'स्केल' बरोबर घेऊन जावी.

९. इंटरव्ह्यूला जाताना आपले 'इंटरव्ह्यू कॉल लेटर' बरोबर घेऊन जावे.

१०. काहीवेळेला कॉम्प्युटरचा वापर करूनच 'ऑन लाईन' परीक्षा द्यावयाची असते, त्याची माहिती करून घ्यावी. आजकाल अशा 'ऑन लाईन' परीक्षा घेण्याचे प्रमाण वाढलेले आहे.

११. इंटरव्ह्यू झाल्यावर इंटरव्ह्यू घेणाऱ्या व्यक्तीस परत 'थँक्यू सर' किंवा इंटरव्ह्यू घेणारी जर महिला असेल तर 'थँक्यू मॅडम' म्हणून अभिवादन

करावे आणि केबिनच्या बाहेर जाताना दाराचा धाडकन आवाज होणार नाही अशा पद्धतीने बाहेर पडावे.

६. लेखी इंटरव्ह्यू :

अनेकदा उमेदवारांचा 'लेखी इंटरव्ह्यू' घेतला जातो. काही कंपन्यांमध्ये तोंडी इंटरव्ह्यू घेण्याच्याआधी लेखी इंटरव्ह्यू घेतात, तर काही ठिकाणी तोंडी इंटरव्ह्यू झाल्यावर लेखी इंटरव्ह्यू घेतला जातो. विशेषत: उमेदवाराचे जनरल नॉलेज (सामान्यज्ञान), तांत्रिक ज्ञान आणि कौशल्ये, तर्कसंगत विचार करण्याची क्षमता (लॉजिकल थिंकिंग), ठरावीक वेळेत नेमून दिलेले काम करण्याची क्षमता तपासणे अशा विविध गोष्टींसाठी लेखी परीक्षेच्या माध्यमातून उमेदवाराचा इंटरव्ह्यू घेतला जातो, यासाठी त्या कंपनीने संबंधित विषयाच्या प्रश्नपत्रिका तयार करून ठेवलेल्या असतात. प्रत्येक प्रश्नाला किती मार्क्स आहेत, प्रश्न सोडविण्याचा काही क्रम अपेक्षित असल्यास त्याची माहिती, निगेटिव्ह मार्किंग आहे का, प्रश्नपत्रिका सोडविण्यास दिला जाणारा वेळ, उत्तरे लिहिताना पुस्तके किंवा नोट्स बघू शकतो का अशी सर्व माहिती उमेदवाराला दिली जाते. लेखी इंटरव्ह्यूसाठी आपल्याला पूर्वसूचना दिलेली असते. आपल्याला लेखी इंटरव्ह्यूची तारीख, वेळ आणि स्थळ कळविलेले असते, त्यामुळे लेखी इंटरव्ह्यू देण्यासाठी ठरावीक वेळी आणि ठरावीक ठिकाणी पोहोचणे आवश्यक असते. काही परीक्षांसाठी 'निगेटिव्ह मार्किंग' असते, त्यामुळे अशा इंटरव्ह्यूला जातानाही मार्किंग सिस्टिमची सर्व चौकशी करून आणि माहिती घेऊनच जावे.

लेखी इंटरव्ह्यूचे फायदे :

१. काही उमेदवारांजवळ संभाषण कौशल्याची उणीव असते. ते आपले विचार, माहिती चटकन दुसऱ्याला सांगू शकत नाहीत. अशा उमेदवाराच्या बाबतीत 'लेखी इंटरव्ह्यू' म्हणजे वरदानच ठरते.

२. लेखी इंटरव्ह्यूमध्ये आपले विचार संघटित व सूत्रबद्ध करण्यासाठी थोडा वेळ मिळतो व त्यामुळे विचार सुसूत्रपणे मांडणे शक्य होते.

३. कोणत्या विषयासाठी लेखी इंटरव्ह्यू द्यायचा आहे याची पूर्वकल्पना असते. या विषयांवर कोणते प्रश्न विचारले जातील याबद्दल अंदाज बांधता येतात, त्यामुळे त्या विषयांची तयारी करता येते. तोंडी इंटरव्ह्यूमध्ये विषयाला कशी कलाटणी मिळेल आणि एकदम कोणते प्रश्न विचारले जातील याबद्दल काहीच विचार करता येत नाही. काहीवेळा त्यामुळे

तोंडी इंटरव्ह्यूमध्ये आपल्याला कमी मार्क मिळण्याची शक्यता असते.

४. तोंडी इंटरव्ह्यूपेक्षा लेखी इंटरव्ह्यू अधिक औपचारिक (फॉर्मल/स्ट्रक्चर्ड) असतात.

लेखी इंटरव्ह्यूचे तोटे :

१. काही उमेदवारांजवळ लेखनक्षमतेचा अभाव असतो, त्यापेक्षा संभाषण कौशल्याच्या बळावर ते तोंडी इंटरव्ह्यूमध्ये अधिक चांगली छाप पाडू शकतात. अशा उमेदवारांना लेखी इंटरव्ह्यूमुळे तोटा होण्याची शक्यता असते.

२. काही उमेदवारांना कॉम्प्युटरच्या साहाय्याने 'ऑनलाईन' परीक्षा देण्याची सवय नसते, त्यामुळे त्यांना विषयाची माहिती असली, प्रश्नांची उत्तरे येत असली, तरी कॉम्प्युटर या माध्यमाची सवय नसल्यामुळे ते लेखी परीक्षेत अपयशी ठरतात.

३. लेखी इंटरव्ह्यू अधिक औपचारिक असतो, त्यामुळेही काही उमेदवारांचा तोटा होण्याचा संभव असतो, कारण संभाषण चातुर्य असलेले उमेदवार काही झाले तरी संभाषणाचे सूत्र आपल्या हातात ठेवतात. विषयाला कशीही कलाटणी मिळाली, तरी ते विषय आपल्याला हव्या त्या मुद्द्यावर आणू शकतात. या उमेदवारांची कामगिरी लेखी स्वरूपाच्या इंटरव्ह्यूमध्ये खराब होण्याची संभावना असते.

लेखी इंटरव्ह्यूमध्ये पाळावयाचे शिष्टाचार :

१. इंटरव्ह्यूला गेल्यावर तेथील अधिकाऱ्यांना आपले नाव सांगून आपण आल्याचे कळवावे. त्यांच्याकडून पुढील सूचना येईपर्यंत ते सांगतील तेथे शांतपणे बसून राहावे.

२. इंटरव्ह्यू घेण्यासाठी निश्चित ठिकाण ठरविलेले असते. तेथे कंपनीचे जे अधिकारी असतील त्यांना 'नमस्कार' किंवा जी वेळ असेल त्याप्रमाणे 'गुड मॉर्निंग/गुड आफ्टरनून/गुड इव्हिनिंग सर/मॅडम' असे म्हणून अभिवादन करावे.

३. तुम्हाला प्रश्नपत्रिका देईपर्यंत शांतपणे बसून राहावे.

४. इंटरव्ह्यूच्यावेळी आपली देहबोली म्हणजे 'बॉडी लँग्वेज' कशी असली पाहिजे, याबद्दल सविस्तर माहिती प्रकरण क्रमांक ७मध्ये दिलेली आहे. त्या माहितीचा आणि दिलेल्या सूचनांचा अभ्यास करावा. त्या सर्व सूचनांची इंटरव्ह्यू देत असताना अंमलबजावणी करावी.

५. परीक्षेसाठी काहीवेळा तुम्हाला उमेदवार क्रमांक दिलेला असतो. तो क्रमांक जर आपल्या उत्तरपत्रिकेवर लिहावयाचा असेल तर तो व्यवस्थित लिहावा.

६. उत्तरे सुवाच्य अक्षरात लिहावीत.

७. लेखी परीक्षा असल्यास जर आपल्याला एखादे उत्तर येत नसले तर इतरांना विचारू नये किंवा इतरांना उत्तरे सांगत बसू नये. 'कॉपी' करणे तसेच कॉपी करायला मदत करणे हा इंटरव्ह्यूच्यावेळीही गुन्हाच आहे.

८. इंटरव्ह्यूला जाताना आपले पेन, फुटपट्टी म्हणजे 'स्केल' बरोबर घेऊन जावी.

९. इंटरव्ह्यूला जाताना आपले 'इंटरव्ह्यू कॉल लेटर'बरोबर घेऊन जावे.

१०. काही वेळेला कॉम्प्युटरचा वापर करूनच 'ऑन लाईन' परीक्षा द्यावयाची असते; त्याची माहिती करून घ्यावी. आजकाल अशा 'ऑन लाईन' परीक्षा घेण्याचे प्रमाण वाढलेले आहे.

११. इंटरव्ह्यू झाल्यावर इंटरव्ह्यू घेणाऱ्या व्यक्तीस परत 'थँक्यू सर' किंवा इंटरव्ह्यू घेणारी जर महिला असेल तर 'थँक्यू मॅडम' म्हणून अभिवादन करावे आणि केबिनच्या बाहेर जाताना दाराचा धाडकन आवाज होणार नाही अशा पद्धतीने बाहेर पडावे.

७. *समस्यापूर्ती इंटरव्ह्यू :*

उमेदवाराच्या विविध क्षमतांची चाचणी घेण्यासाठी इंटरव्ह्यू घेण्याची पद्धत अनेक कंपन्यांमध्ये आहे, यामध्ये सर्वांत महत्त्वाचा इंटरव्ह्यू म्हणजे उमेदवारामधली 'समस्यापूर्ती करण्याची क्षमता' (Problem solving capacity) आजमाविण्यासाठी घेण्यात येणारा इंटरव्ह्यू. या इंटरव्ह्यूमध्ये उमेदवाराला काही समस्याप्रधान प्रश्न विचारले जातात. ही समस्या उमेदवार कशी सोडवितो, त्यासाठी कोणत्या मार्गांचा उपयोग करतो, समस्या सोडविण्यासाठी त्याला किती वेळ लागतो, या व अशा गोष्टींचा विचार या पद्धतीच्या इंटरव्ह्यूमध्ये केला जातो.

खालील परिच्छेदात काही समस्याप्रधान प्रश्न विचारलेले आहेत. या प्रश्नांचा रोख लक्षात घेऊन दिलेली उत्तरे तुम्हाला मार्गदर्शक ठरतील, त्याचा तुम्ही जरूर अभ्यास करावा. असे विविध प्रश्न तुम्हाला समस्यापूर्ती इंटरव्ह्यूमध्ये विचारले जाऊ शकतात.

उदाहरण क्रमांक १ : तुमचा सहकारी अनैतिक मार्गांचा वापर करून काम करतो आहे हे तुम्हाला समजले आहे तर तुम्ही काय कराल?

संभाव्य अपेक्षित उत्तर : त्यामुळे माझ्या स्वतःच्या कामावर तसेच माझ्या टीमच्या कामावर, टीमच्या कार्य संस्कृतीवर तसेच टीमच्या नैतिक मूल्यांवर परिणाम होणार आहे का, याचा विचार मी करेन. हा सहकारी माझ्या टीममधला नसला, तर त्याच्या अनैतिक कामांबद्दल मला विचार करण्याची तसेच विचारले नसले तर मत व्यक्त करण्याची काहीच आवश्यकता नाही. आपण सर्व जगाला सुधारू शकत नाही. मी माझी मूल्ये आणि कार्यसंस्कृती अतिशय चांगली ठेवेन, तसेच एखाद्याच्या अशा कृत्यांची प्रत्यक्ष माहिती नसेल, तर त्यासंबंधी बोलणे म्हणजे वावड्या उठविल्यासारखे किंवा 'गॉसिपिंग' करणे होईल. ते मी कधीच करणार नाही.

उदाहरण क्रमांक २ : जर तुमच्या कनिष्ठ सहकाऱ्याचे काम समाधानकारक आणि उत्कृष्ट दर्जाचे होत नसेल आणि त्याचा परिणाम तुमच्या सर्व टीमच्या कामगिरीवर होत असेल तर तुम्ही काय कराल?

संभाव्य अपेक्षित उत्तर : मी माझ्या सहकाऱ्याला बोलावून घेईन. त्याला त्याचे काम, कामाची गुणवत्ता, त्याची कामगिरी म्हणजे त्याच्या 'परफार्मन्स'बद्दल मुद्देसूदरीत्या समजावून सांगेन. विश्वासात घेऊन त्याला त्याचे काम समाधानकारक होत नसल्याचे सांगेन. त्याला काही अडचणी आहेत का, त्याला त्याचे काम नीट समजले आहे का हे विचारेन. मी तुझ्याबरोबर आहे. आपण एकत्रितरीत्या तुझा आणि त्याबरोबरच आपल्या टीमचा परफॉर्मन्स चांगला करू असा आत्मविश्वास देईन. त्याला त्याचे काम कसे होत आहे याबद्दल 'फीडबॅक' म्हणजे माहिती देत राहीन. आवश्यक तेथे त्याला मार्गदर्शन करेन.

उदाहरण क्रमांक ३ : जर तुम्हाला तुमच्या सहकाऱ्याने विश्वासात घेऊन सांगितले की, 'तो आजारी आहे' अशी खोटीच सबब सांगून गैरहजर राहणार आहे आणि त्या काळात तो मौजमजेसाठी प्रवासाला जाणार आहे तर तुम्ही काय कराल?

संभाव्य अपेक्षित उत्तर : त्याला असे करण्यापासून परावृत्त करण्याचा प्रयत्न करेन. त्याला त्याचे वर्तन चुकते आहे हे ठामपणे सांगेन. अशी फसवाफसवी फार काळ लपून राहात नाही आणि जर हे उघडकीला आले, तर तो त्यानंतर कोणाच्याही विश्वासाला पात्र राहणार नाही हेही सांगेन. खरे कारण सांगून रजा घे, अशी सूचना करेन.

उदाहरण क्रमांक ४ : तुम्ही मीटिंगमध्ये एखादे मत मांडलेत, त्याचा फायदा कंपनीला निश्चितरीत्या होणार आहे याची तुम्हाला खात्री आहे, पण इतर सर्वांनी त्याला विरोध केला तर तुम्ही काय कराल?

संभाव्य अपेक्षित उत्तर : मीटिंगमध्ये परत एकदा शेवटचे म्हणून मी माझे

मत मांडेन. मी सांगत आहे त्याप्रमाणे निर्णय घेतला तर कंपनीचा कसा फायदा होईल ते समजावून सांगेन, त्यामुळे मी माझे मत मांडले याचे मला समाधान मिळेल. कंपनीमध्ये जर पद्धत असेल तर मी माझे मत लेखीही नोंदवू शकेन, पण शेवटी मीटिंगमध्ये सर्वानुमते किंवा बहुमताने जो निर्णय होईल तो मी खिलाडू प्रवृत्तीने मान्य करेन आणि ठरवून दिल्याप्रमाणे कामाला लागेन.

उदाहरण क्रमांक ५ : कोणत्याही महत्त्वाच्या कामासंबंधी निर्णय घेत असताना तुम्ही कशा पद्धतीने विचार कराल?

संभाव्य अपेक्षित उत्तर : निर्णय घेत असताना सर्वसाधारणपणे मी पुढीलप्रमाणे विचार करेन. कामाचे उद्दिष्ट काय असेल किंवा काय आहे याची माहिती घेईन. उद्दिष्ट साध्य करण्यासाठी कोणते पर्याय उपलब्ध आहेत ते लिहून काढेन. प्रत्येक पर्यायाचे कंपनीला काय फायदे-तोटे होतील तेही लिहून काढेन. प्रत्येक पर्यायासाठी कंपनीला किती खर्च येईल त्याचा विचार करेन. साधनसामुग्री, कामगारांची आवश्यक कौशल्ये यांचाही विचार करेन. या सर्व विचारप्रक्रियेमधून योग्य पर्यायाची निवड होईल.

समस्यापूर्ती इंटरव्ह्यूचे फायदे :

१. उमेदवाराची विचारप्रक्रिया, मूल्ये, कार्यसंस्कृती, कौशल्ये यांची पूर्ण माहिती समस्यापूर्ती इंटरव्ह्यूमुळे होते.

२. उमेदवाराजवळ समस्यापूर्ती करण्याची क्षमता किती प्रमाणात आहे याचे मूल्यमापन करणे शक्य होते.

३. काही कामांसाठी किंवा जबाबदाऱ्यांसाठी तांत्रिक कौशल्यांबरोबरच समस्यापूर्ती क्षमतेचीही आवश्यकता असते. या दोन्ही क्षमता आणि कौशल्ये असलेल्या उमेदवाराला नोकरी मिळणे सोपे जाते.

समस्यापूर्ती इंटरव्ह्यूचे तोटे :

१. समस्यापूर्ती इंटरव्ह्यू कितीही वस्तुनिष्ठ पद्धतीने घेतला, तरी त्यामध्ये व्यक्तिसापेक्षता येते. त्यामुळे उमेदवाराने दिलेले उत्तर परीक्षकांचे समाधान करू शकेल याची खात्री नसते.

२. इतर बाबतीत सरस असलेला उमेदवार समस्यापूर्ती इंटरव्ह्यूमध्ये सरस ठरेलच अशी खात्री नसते. त्यामुळे विषयाची उत्कृष्ट माहिती असलेला आणि उच्च दर्जाची तांत्रिक कौशल्ये असलेला उमेदवार केवळ समस्यापूर्ती कौशल्य आणि क्षमता कमी प्रमाणात असल्यामुळे डावलला जाण्याची शक्यता असते.

३. समस्यापूर्ती ही अनेक महत्त्वाच्या क्षमतांपैकी एक क्षमता आहे. त्यामुळे उमेदवार निवड प्रक्रियेमध्ये समस्यापूर्ती क्षमतेला अतिमहत्त्व दिले गेले, तर उमेदवार निवडीवर त्याचा परिणाम होण्याची शक्यता असते.

समस्यापूर्ती इंटरव्ह्यूमध्ये पाळावयाचे शिष्टाचार :

१. इंटरव्ह्यूला गेल्यावर तेथील अधिकाऱ्यांना आपले नाव सांगून आपण आल्याचे कळवावे. त्यांच्याकडून पुढील सूचना येईपर्यंत ते सांगतील तेथे शांतपणे बसून राहावे.

२. इंटरव्ह्यू घेण्यासाठी निश्चित ठिकाण ठरविलेले असते. तेथे कंपनीचे जे अधिकारी असतील त्यांना 'नमस्कार' किंवा जी वेळ असेल त्याप्रमाणे 'गुड मॉर्निंग/गुड आफ्टरनून/गुड इव्हिनिंग सर/मॅडम' असे म्हणून अभिवादन करावे.

३. तुम्हाला प्रश्न विचारायला सुरुवात होईपर्यंत किंवा लेखी परीक्षेची सूचना मिळेपर्यंत शांतपणे बसून राहावे.

४. इंटरव्ह्यूच्यावेळी आपली देहबोली म्हणजे 'बॉडी लँग्वेज' कशी असली पाहिजे याबद्दल सविस्तर माहिती प्रकरण क्रमांक ७मध्ये दिलेली आहे. त्या माहितीचा आणि दिलेल्या सूचनांचा अभ्यास करा. त्या सर्व सूचनांची इंटरव्ह्यू देत असताना अंमलबजावणी करा.

५. परीक्षेसाठी काहीवेळा तुम्हाला उमेदवार क्रमांक दिलेला असतो. जर समस्यापूर्तीसाठी लेखी परीक्षा असेल आणि तो क्रमांक जर आपल्या उत्तरपत्रिकेवर लिहावयाचा असेल तर तो व्यवस्थित लिहावा.

६. उत्तरे सुवाच्य अक्षरात लिहावीत.

७. लेखी परीक्षा असल्यास जर आपल्याला एखादे उत्तर येत नसले तर इतरांना विचारू नये. किंवा इतरांना उत्तरे सांगत बसू नये. 'कॉपी' करणे तसेच कॉपी करायला मदत करणे हा इंटरव्ह्यूच्यावेळीही गुन्हाच आहे.

८. इंटरव्ह्यूला जाताना आपले पेन, फुटपट्टी म्हणजे 'स्केल' बरोबर घेऊन जावी.

९. इंटरव्ह्यूला जाताना आपले इंटरव्ह्यू कॉल लेटर बरोबर घेऊन जावे.

१०. काहीवेळेला कॉम्प्युटरचा वापर करूनच 'ऑन लाईन' परीक्षा द्यावयाची असते. त्याची माहिती करून घ्यावी. आजकाल अशा 'ऑन लाईन' परीक्षा घेण्याचे प्रमाण वाढलेले आहे.

११. इंटरव्ह्यू झाल्यावर इंटरव्ह्यू घेणाऱ्या व्यक्तीस परत 'थँक्यू सर' किंवा इंटरव्ह्यू घेणारी जर महिला असेल तर 'थँक्यू मॅडम' म्हणून अभिवादन करावे आणि केबिनच्या बाहेर पडावे.

८. अनौपचारिक वातावरणातील इंटरव्हू :

चाणक्य इंटरनॅशनलमध्ये प्रथमेशला इंटरव्हूचा कॉल आला, पण त्यासाठी त्याला अलिबागला एका बीच रिझॉर्टवर बोलाविले होते. एक दिवस आणि एक रात्र असा कालावधी सांगितलेला होता. त्याच्याबरोबर आणखी तीस व्यक्ती इंटरव्हूसाठी आलेल्या होत्या. प्रथम सर्वांना एका कॉन्फरन्स हॉलमध्ये बसविले गेले. तेथे चाणक्य इंटरनॅशनलच्या एच.आर.चे जनरल मॅनेजर यांनी सर्व उमेदवारांना कंपनीची माहिती दिली. मग सर्वांची लेखी परीक्षा झाली. दुपारचे जेवण झाल्यावर 'मी थोडी विश्रांती घेऊन येतो.' म्हणून ते जे निघून गेले ते दुसऱ्या दिवशी सकाळी ब्रेकफास्टलाच आले. तोपर्यंत प्रथमेश आणि इतर उमेदवार मन मानेल तसे मजा करत होते. एकाने तर खाण्यापिण्याचा इतका अतिरेक केला की, संध्याकाळी तो आजारीच पडला. कंपनीच्या पैशावर मजा करायची अशी अनेकजणांची धारणा होती. तीसजणांपैकी प्रथमेश आणि वसुदेव निवडले गेले. नोकरीचा पहिला दिवस होता. एच.आर.चे जनरल मॅनेजर महत्त्वाच्या अधिकाऱ्यांबरोबर दोघांची ओळख करून देत होते. तेथे एका केबिनमध्ये आपल्यामधीलच तो रुबाबदार, सतत गाणी गुणगुणणारा तरुण त्या भल्यामोठ्या टेबलापलीकडे बसलेला बघून प्रथमेश आणि वसुदेवला शॉकच बसला. टेबलापलीकडे त्या गुबगुबीत खुर्चीत बसलेला तो तरुण चाणक्यच्या फॉरिन असाईनमेंट्सचा व्हाइस प्रेसिडेंट होता. म्हणजे आपण उमेदवार आहोत; असे भासवत चक्क कंपनीचा एक मोठा अधिकारी आपले वागणे-बोलणे, चर्चा, चर्चेचे विषय असे आपले सविस्तर मूल्यमापन करत होता तर!

ऑफिसच्या केबिनच्या बंदिस्त वातावरणात इंटरव्हू घेण्यापेक्षा अनौपचारिक वातावरणात इंटरव्हू घेण्याचे प्रमाण आजकाल वाढलेले आहे – यामध्ये विशेषत: आय.टी. क्षेत्रातले इंटरव्हू आणि मल्टिनॅशनल कंपन्यांमधील वरिष्ठ पदांसाठी घेतल्या जाणाऱ्या इंटरव्हूचा समावेश होतो. अनेकजणांना अशा पद्धतीच्या इंटरव्हूची, तेथील वातावरणाची, तेथे नक्की कशा प्रकारे आपले मूल्यमापन केले जाते, तेथे कशाप्रकारे शिष्टाचारांचे पालन करणे अपेक्षित असते याबद्दल माहिती नसते, कारण या पद्धतीच्या इंटरव्हूची कल्पना आपल्या लहान-मोठ्या शहरांतील, गावांतील लोकांपर्यंत पोहोचलेली नाही.

अनौपचारिक वातावरणातील इंटरव्हूमध्ये ऑफिसमधील दैनंदिन वातावरण म्हणजेच 'रूटीन', पद्धती, शिष्टाचार अमलात न आणता खुल्या, मोकळ्या वातावरणात जाऊन खेळीमेळीने इंटरव्हू घेतला जातो.

अनेकवेळेला कंपनीचे अधिकारी पूर्णवेळ सर्व उमेदवारांसमवेत असतात. काही वेळेला वरील परिच्छेदांत उल्लेखिल्याप्रमाणे उमेदवारांच्या नकळत ते त्यांच्यातलेच एक होऊन गप्पा मारण्याच्या बहाण्याने त्यांची खरी ओळख आणि मूल्यमापन करत असतात, म्हणून अनौपचारिक इंटरव्ह्यू खऱ्या अर्थाने उमेदवाराची परीक्षा घेण्याची संधी कंपनीला देत असतो.

अनौपचारिक इंटरव्ह्यू घेण्याची पद्धत :

१. अनौपचारिक इंटरव्ह्यूसाठी एखादे हॉटेल, रिझॉर्ट, पिकनिक म्हणजेच सहलीचे ठिकाण, मोठा बगीचा, गड, किल्ला तसेच एखादा दुर्गम भाग, समुद्रकिनारा अशा ठिकाणाची निवड केलेली असते.

२. सर्व उमेदवारांना त्या ठिकाणी बोलाविले जाते. त्या ठिकाणी भेटण्याची वेळ, तेथे कोणाला भेटायचे ते सांगितलेले असते.

३. शक्यतो उमेदवारांनी स्वतःच तिथे यावयाचे असते, कारण उमेदवार तेथे कसा येतो, तेथे पोहोचताना येणाऱ्या अडचणी तो कशा सोडवितो, तिथे कसे यायचे याबद्दल तो कंपनीतील कोणत्या व्यक्तीबरोबर कशी चौकशी करतो या गोष्टीही इंटरव्ह्यूसाठी महत्त्वाच्या समजल्या जातात. या शिष्टाचारांसाठीही उमेदवारांचे मूल्यांकन केले जाते. क्वचित प्रसंगी सर्व उमेदवारांना कंपनीच्या ऑफिसमध्ये किंवा ठरावीक ठिकाणी बोलाविले जाते आणि कंपनीच्या वाहनातून उमेदवारांना नियोजित ठिकाणी नेले जाते.

४. बहुतेक वेळा संपूर्ण दिवस किंवा दोन दिवस आणि एक रात्र अशा कालावधीसाठी उमेदवारांना बोलाविले जाते.

५. या कालावधीत स्वतःची ओळख करून देणे, विविध स्वरूपांचे खेळ, चर्चासत्रे, ग्रुप डिस्कशन्स, समस्यापूर्तीचे खेळ, ट्रेझर हंट, साहसी खेळ, कोडी, वक्तृत्वस्पर्धा, भोजन बनविणे आणि वाढणे अशा विविध उपक्रमांचे आयोजन केलेले असते.

६. यामध्ये अनेक वेळेस कंपनीतर्फे एकच अधिकारी आलेला असतो, तो कंपनीचा प्रतिनिधी म्हणून आपली ओळख सर्व उमेदवारांना करून देतो. कंपनीचे इतरही काही महत्त्वाचे अधिकारी आलेले असतात, पण ते उमेदवार म्हणूनच येतात आणि इतर उमेदवारांमध्ये बेमालूमपणे मिसळून जातात. ते खऱ्या अर्थाने उमेदवारांचे मूल्यमापन करत असतात.

७. अनौपचारिक इंटरव्ह्यूमध्ये उमेदवारांच्या क्षमता, कार्यपद्धती, विचारपद्धती, कौशल्ये, राहणीमान, त्यांच्या सवयी, छंद, व्यसने, सहकार्याची भावना,

संघबांधणीचे कौशल्य, सांघिक कौशल्ये, विविध विषयांवरची मते, कौटुंबिक पार्श्वभूमी अशा अनेक गोष्टींचे जवळून निरीक्षण आणि परीक्षण करणे शक्य होते. हे सर्व अनौपचारिकरीत्या होत असल्यामुळे उमेदवारांवर त्याचे कोणतेही दडपण येत नाही. उमेदवारांना अनेकदा हा आपला इंटरव्ह्यू चाललेला आहे हेही समजत नाही, त्यामुळे अतिशय मोकळ्या वातावरणात इंटरव्ह्यू होतो.

अनौपचारिक इंटरव्ह्यूचे फायदे :

१. संपूर्ण इंटरव्ह्यूची प्रक्रिया अनौपचारिक पद्धतीने पार पडत असल्यामुळे उमेदवारांवर कोणतेही दडपण येत नाही.

२. इंटरव्ह्यू कितीही अनौपचारिक असला तरी कंपनीने या इंटरव्ह्यूचासुद्धा एक आराखडा, नियोजन तयार केलेले असते. कंपनीच्या दृष्टीने हा इंटरव्ह्यू अनौपचारिक पद्धतीने घेतलेला औपचारिक इंटरव्ह्यूच असतो, पण या इंटरव्ह्यूमुळे कंपनीला उमेदवारांची जवळून परीक्षा करण्याची संधी मिळते. चांगला उमेदवार निवडण्यासाठी ही पद्धत वरदान ठरते.

३. उमेदवाराचे नेतृत्वगुण, निर्णयक्षमता, वेळेचे नियोजन, वेळेचे महत्त्व, सर्जनक्षमता, कल्पनाशक्ती, संवाद कौशल्य, प्रामाणिकपणा, निष्ठा, जबाबदारीची भावना, इतरांबद्दल आदर आणि परस्पर संबंध जोपासण्याचे कौशल्य, सहकार्याची भावना, संघबांधणीचे कौशल्य, सांघिक कौशल्ये अशा अनेक कौशल्य-क्षमतांची चाचणी सहजरीत्या होते, त्यामुळे विनासायास उमेदवारांची निवड करणे सोपे जाते.

४. कंपनीच्या वातावरणाची माहिती उमेदवारांना चांगल्या पद्धतीने होते. सर्वच वातावरण खेळीमेळीचे असल्यामुळे उमेदवारही कंपनीबद्दल मोकळेपणाने प्रश्न विचारू शकतात.

५. एकाच वेळेस सर्व उमेदवार उपस्थित असल्यामुळे एकत्रच सर्वांचे मूल्यांकन करता येते. उमेदवारांचा गुणानुक्रम ठरविता येतो, त्यामुळे कंपनीच्या खर्चात बचत होते.

६. इंटरव्ह्यूमध्ये पारदर्शकता निर्माण होते.

अनौपचारिक इंटरव्ह्यूचे तोटे :

१. इंटरव्ह्यूचे वातावरण अनेक उमेदवारांना इतके अनौपचारिक वाटते की, इंटरव्ह्यूचे गांभीर्य निघून जाते आणि मौज-मजा, मस्ती, हंगामा असे रूप प्राप्त होते, त्यामुळे उमेदवाराच्या निवडीवर परिणाम होतो.

२. कंपनीने या इंटरव्ह्यूचा आराखडा तयार केलेला नसला, तर इंटरव्ह्यू भरकटण्याचा संभव असतो.

३. अनौपचारिक वातावरणातील इंटरव्ह्यूमध्ये उमेदवारांचे वर्तन, त्यांची गुण-कौशल्ये, क्षमता यांचे पृथक्करण म्हणजे 'ॲनॅलिसिस' करून निवड करण्याचे कौशल्य असणारे अनुभवी, तज्ज्ञ अधिकारी जर कंपनीजवळ नसतील, तर हा इंटरव्ह्यू म्हणजे एक पोरखेळ होऊ शकतो.

४. काही उमेदवारांचे व्यक्तिमत्त्व अशा अनौपचारिक वातावरणाला अनुकूल नसते. ते या वातावरणात बुजतात. त्यांच्या अंगात अपेक्षित सर्व गुण, कौशल्ये, क्षमता असतात, पण ते औपचारिक वातावरणातच आपले मत अधिक प्रभावी पद्धतीने मांडू शकतात. त्यामुळे काहीवेळा कंपनी चांगला उमेदवार गमविण्याची शक्यता असते.

५. सरसकट कोणत्याही पदाच्या इंटरव्ह्यूसाठी अनौपचारिक इंटरव्ह्यूची ही पद्धत वापरता येत नाही.

अनौपचारिक इंटरव्ह्यूच्यावेळी पाळावयाचे शिष्टाचार :

१. कंपनीने सांगितलेल्या ठिकाणी, सांगितलेल्या वेळेला उपस्थित राहाणे अत्यंत महत्त्वाचे आहे. जर हे ठिकाण आपल्याला माहीत नसेल तर आदल्या दिवशीच जाऊन ते ठिकाण बघून यावे. तिथे जायला किती वेळ लागतो ते समजावून घ्यावे म्हणजे ऐन वेळेला गोंधळ होत नाही. आपण नियोजित वेळी नियोजित ठिकाणी पोहोचणे हासुद्धा इंटरव्ह्यूचाच एक भाग असतो, हे लक्षात ठेवावे.

२. अशा इंटरव्ह्यूला जाण्याआधी कंपनीच्या संबंधित अधिकाऱ्यांकडे कोणत्या वस्तू, कागदपत्रे बरोबर घेणे अपेक्षित आहे, याची चौकशी करावी. या सर्व वस्तू न विसरता बरोबर घ्याव्यात.

३. जर आपण इंटरव्ह्यूसाठी बाहेर जाणार आहोत, तर त्या ठिकाणी आपल्याला कोणत्या वस्तू लागतील त्याची यादी तयार करावी आणि सर्व वस्तू न विसरता बरोबर घ्याव्यात. वस्तू मोडक्या-तोडक्या, अस्वच्छ, अव्यवस्थित नसाव्यात. इंटरव्ह्यू निवासी असेल तर म्हणजे इंटरव्ह्यूच्या कालावधीत तेथेच राहावयाचे असेल तर कंगवा, टूथपेस्ट, टूथब्रश, टॉवेल या वस्तू बरोबर न्यायला विसरू नये.

४. विशेषतः बूट, चपला नव्या कोऱ्या नसाव्यात. थोड्या तरी वापरलेल्या असाव्यात. नवीन बूट-चपला पायाला चावतात म्हणजे त्यामुळे पायाला

जखमा होतात. इतरांमध्ये आपली फजिती होते. मोजे स्वच्छ धुतलेले असावेत, नाहीतर त्यांना कुबट वास येतो.

५. इंटरव्ह्यूला गेल्यावर तेथील अधिकाऱ्यांना आपले नाव सांगून आपण आल्याचे कळवावे. त्यांच्याकडून पुढील सूचना येईपर्यंत ते सांगतील तेथे शांतपणे बसून राहावे.

६. इंटरव्ह्यू घेण्यासाठी निश्चित ठिकाण ठरविलेले असते. तेथे कंपनीचे जे अधिकारी असतील त्यांना 'नमस्कार' किंवा जी वेळ असेल त्याप्रमाणे 'गुड मॉर्निंग/गुड आफ्टरनून/गुड इव्हिनिंग सर/मॅडम' असे म्हणून अभिवादन करावे.

७. तुम्हाला पुढील सूचना मिळेपर्यंत शांतपणे बसून राहावे.

८. इंटरव्ह्यूच्यावेळी आपली देहबोली म्हणजे 'बॉडी लँग्वेज' कशी असली पाहिजे याबद्दल सविस्तर माहिती प्रकरण क्रमांक ७मध्ये दिलेली आहे. त्या माहितीचा आणि दिलेल्या सूचनांचा अभ्यास करावा. त्या सर्व सूचनांची इंटरव्ह्यू देत असताना अंमलबजावणी करावी.

९. इंटरव्ह्यू जरी अनौपचारिक असला तरी तो शेवटी इंटरव्ह्यूच आहे. तो गांभीर्याने घेणे जरुरीचे आहे. कितीही मौजमजा करण्याची संधी असली तरी फुकट आहे म्हणून शिष्टाचार सोडून वागू नये.

१०. सर्व उपक्रमांमध्ये सहभागी व्हावे. आपल्या सर्व क्षमता आणि कौशल्यांचा पुरेपूर वापर करावा. आपली कामगिरी उत्कृष्ट होईल इकडे लक्ष द्यावे. एखादी गोष्ट आपल्याला नीट करता आली नाही तर नाराज होऊ नये. 'जो बीत गयी वो बात गयी' असे समजून पुढील उपक्रमावर आपले लक्ष केंद्रित करावे.

११. दुसऱ्या उमेदवाराची कामगिरी कशी चुकेल, तो कसा मागे पडेल असा कोणताही नकारात्मक विचार आणि कृती करू नये.

१२. प्रत्येक उपक्रमात सकारात्मकरीत्या सहभागी व्हावे.

१३. प्रत्येकाशी अदबीने बोलावे.

१४. इंटरव्ह्यूला जाताना आपले 'इंटरव्ह्यू कॉल लेटर' बरोबर घेऊन जावे.

१५. इंटरव्ह्यू संपल्यावर सर्व सहभागी उमेदवारांशी बोलून त्यांचा निरोप घ्यावा, त्यांनी केलेल्या सहकार्याबद्दल त्यांना धन्यवाद द्यावेत.

१६. इंटरव्ह्यू झाल्यावर इंटरव्ह्यू घेणाऱ्या कंपनीच्या अधिकाऱ्यांना धन्यवाद द्यायला, त्यांचे आभार मानायला विसरू नये. त्यांना हस्तांदोलन म्हणजे 'शेकहॅन्ड' करावा. तुम्हाला या इंटरव्ह्यूचा खूपच चांगला अनुभव मिळाला, त्यातून तुम्हाला बरेच शिकता आले असे आवर्जून सांगावे.

१७. संबंधित अधिकाऱ्यांना परत कधी संपर्क करायचा ते जरूर विचारावे.

वरील परिच्छेदांमध्ये वर्णन करण्यात आलेले इंटरव्ह्यूचे प्रकार सर्वसामान्यपणे नोकरी मिळण्यासाठी देण्याच्या इंटरव्ह्यूचे प्रकार आहेत. निरनिराळ्या कंपन्या विविध पदांसाठी यातील कोणतीही पद्धत वापरू शकतात. या पद्धतींचा तुम्ही जरूर सराव करालच.

पण या व्यतिरिक्त नोकरी मिळाल्यानंतरही काम करत असताना काही इंटरव्ह्यूज द्यावे लागतात – यामध्ये प्रामुख्याने दर सहा महिन्यांनी किंवा दरवर्षी कर्मचाऱ्यांची त्या वर्षातील कामगिरी कशी झाली त्याचे मूल्यमापन करण्यासाठी 'ॲप्रेझल इंटरव्ह्यू' घेतला जातो. या इंटरव्ह्यूच्या मूल्यांकनाप्रमाणे कर्मचाऱ्याची पदोन्नती, पगारवाढ, विशेष पगारवाढ अशा गोष्टी अवलंबून असतात, तसेच कर्मचाऱ्याने राजीनामा दिला किंवा कंपनीने कर्मचाऱ्याला बडतर्फ केले, तर त्याचा 'एक्झिट इंटरव्ह्यू' घेतला जातो. या इंटरव्ह्यूंची माहिती पुढील परिच्छेदात दिलेली आहे.

९. ॲप्रेझल इंटरव्ह्यू :

कंपनीतील तुमच्या कामगिरीचे मूल्यमापन करण्यासाठी दरवर्षी घेण्यात येणारा इंटरव्ह्यू म्हणजे 'ॲप्रेझल इंटरव्ह्यू.' कंपनीच्या मनुष्यबळ विकास विभागातर्फे कंपनीत काम करणाऱ्या सर्व कर्मचाऱ्यांचे ॲप्रेझल इंटरव्ह्यू घेतले जातात. हे इंटरव्ह्यू कंपनीच्या आर्थिक वर्षाची सांगता होत असताना घेतले जातात. बहुतेक कंपन्यांचे आर्थिक वर्ष ३१ मार्च रोजी संपते, त्यामुळे ॲप्रेझल इंटरव्ह्यू शक्यतो फेब्रुवारी महिन्यात घेतले जातात.

ॲप्रेझल इंटरव्ह्यूचे उद्देश :

१. कर्मचाऱ्यांच्या वार्षिक कामगिरीचे वस्तुनिष्ठ मूल्यमापन करणे.

२. कंपनीची ध्येयधोरणे, उद्दिष्टे आणि त्यांना दिलेली वैयक्तिक उद्दिष्टे त्यांना कितपत समजलेली आहेत आणि त्या अनुषंगाने त्यांनी त्यांचे काम कसे केले आहे त्याचे मूल्यमापन करणे.

३. कर्मचाऱ्याचे कंपनीतील वर्तन कसे आहे, वरिष्ठ/सहकारी/कनिष्ठ यांचेबरोबर त्याचे संबंध कसे आहेत, तो परस्पर संबंधांची जोपासना कशी करतो, त्याचे त्याच्या विभागात किंवा टीमच्या कामगिरीतील योगदान, कामाचा दर्जा किंवा गुणात्मकता अशा गोष्टींचे मूल्यमापन करणे.

४. कर्मचाऱ्याचे शिस्तपालन, त्याने घेतलेल्या रजा, रजांची कारणे, त्याचे राहणे, बोलणे, कपडे/ युनिफॉर्मची स्वच्छता, व्यसने, इत्यादी गोष्टींबद्दलची निरीक्षणे नोंदणी या सर्वांचे मूल्यांकन करणे आणि त्या अनुषंगाने त्याला आवश्यक असल्यास वर्तन सुधारण्यासाठी सूचना देणे/ताकीद देणे.

५. कर्मचाऱ्याने वर्षभरात केलेल्या विशेष चांगल्या कामगिरीची नोंद करणे, दखल घेणे, त्याला प्रशंसापत्र देण्यासाठी शिफारस करणे, पदोन्नती (प्रमोशन) देण्यासाठी शिफारस करणे.

६. कर्मचाऱ्याने वर्षभरात केलेल्या विशेष चांगल्या कामगिरीची नोंद घेऊन त्याला विशेष पगारवाढ देण्याची शिफारस करणे.

७. कर्मचाऱ्याने वर्षभरात केलेल्या खराब/असमाधानकारक कामगिरीची नोंद घेऊन त्याला बडतर्फ करणे, त्याला पदावनती करण्याची म्हणजे खालील पदावर नेमण्याची शिफारस करणे.

८. कर्मचाऱ्यांना चांगली कामगिरी करण्यासाठी प्रोत्साहन देणे, प्रेरणा देणे.

ॲप्रेझल इंटरव्ह्यू घेण्याची पद्धत :

ॲप्रेझल इंटरव्ह्यूसाठी पुढील महत्त्वाच्या पद्धती आहेत.

१. काही ठरावीक मुद्द्यांच्या आधारे कर्मचाऱ्याला स्वत:च्या वर्षभरातील कामगिरीबद्दल विस्तृत लिहायला सांगणे.

२. कंपनीच्या वरिष्ठ अधिकाऱ्यांनी कर्मचाऱ्याचा इंटरव्ह्यू घेणे.

३. कर्मचारी ज्या विभागात म्हणजेच 'डिपार्टमेंट'मध्ये काम करत असेल, त्या विभागाच्या अधिकाऱ्यांनी कर्मचाऱ्याच्या वार्षिक कामगिरीबद्दल ठरावीक मुद्द्यांच्या आधारे आपला अहवाल सादर करणे.

४. कर्मचारी ज्या विभागात म्हणजेच डिपार्टमेंटमध्ये काम करत असेल, त्या विभागातील त्याच्या सहकाऱ्यांनी त्याच्या कामाबद्दल, त्याच्या एकूण कामगिरीबद्दल आपली मते मांडणे.

या पद्धतीने आपले 'ॲप्रेझल' होणार आहे हे कंपनीचे आर्थिक वर्ष सुरू होतानाच प्रत्येक कर्मचाऱ्याला माहीत असते. त्यामुळे आपल्या कंपनीतील कामगिरीची नोंद प्रत्येक कर्मचाऱ्याने ठेवावी, तसेच कंपनीचे नीती-नियम पाळणे, कंपनीच्या शिस्तीचे पालन करणे आणि जेणेकरून आपला 'ॲप्रेझल इंटरव्ह्यू' उत्कृष्ट होईल यासाठी प्रत्येक कर्मचाऱ्याने प्रयत्न करणे आवश्यक असते.

१०. एक्झिट इंटरव्ह्यू :

अनेक कंपन्यांमध्ये 'एक्झिट इंटरव्ह्यू' घेण्याची पद्धत असते. एक्झिट इंटरव्ह्यू विशेषत: दोन कारणांसाठी घेतला जातो:

१. कर्मचारी राजीनामा देऊन कंपनीची नोकरी सोडून जात असेल तर 'एक्झिट इंटरव्ह्यू' घेतला जातो.

२. कर्मचाऱ्याला कोणत्याही कारणासाठी कंपनीने बडतर्फ केले असेल तर तो कंपनी सोडून जाण्याआधी एक्झिट इंटरव्ह्यू घेतला जातो.

एक्झिट इंटरव्ह्यू घेण्याची पद्धत :

१. कोणत्या पदावरील कर्मचाऱ्याचा एक्झिट इंटरव्ह्यू कोणी घ्यायचा हे कंपनीच्या मनुष्यबळ विकास विभागाच्या धोरणाप्रमाणे ठरलेले असते. त्याप्रमाणे ती व्यक्ती एक्झिट इंटरव्ह्यू घेते.

२. कंपनीच्या मनुष्यबळ विकास विभागाने एक्झिट इंटरव्ह्यू घेण्यासाठी एक फॉर्म तयार केलेला असतो. तो फॉर्म त्या कर्मचाऱ्याकडून भरून घेतला जातो. त्यामध्ये विशेषकरून पुढील बाबींबद्दल माहिती घेण्याचा प्रयत्न केला जातो. नोकरी सोडून जाण्याचे कारण/बडतर्फ केले असल्यास त्याचे कारण, नोकरी करत असताना कंपनीकडून मिळालेली वागणूक, त्यासंबंधी काही तक्रार असल्यास त्याबद्दलची माहिती, एखाद्या कर्मचाऱ्याबद्दल असलेली तक्रार, कर्मचाऱ्याला कंपनीची काही महत्त्वाची माहिती आहे का – जी इतरांना, विशेषत: स्पर्धकांना समजली तर कंपनीचे नुकसान होऊ शकते, इत्यादी.

३. कर्मचाऱ्याचा इंटरव्ह्यू घेतला जातो.

४. कर्मचारी कोणत्या कंपनीत नोकरी करण्याची शक्यता आहे, ते त्याच्याकडून माहीत करून घेतले जाते.

आपण वरील परिच्छेदांमध्ये इंटरव्ह्यू घेण्याच्या विविध पद्धतींची माहिती करून घेतली, त्यामुळे इंटरव्ह्यू ही फार भीतिदायक, घाबरून जाण्यासारखी, दडपण येण्यासारखी गोष्ट नाही हे तुमच्या लक्षात आले असेलच. इंटरव्ह्यूची जर योग्य पद्धतीने तयारी केली तर तुम्हाला इंटरव्ह्यूची अजिबात भीती वाटणार नाही, म्हणून या पुढील प्रकरणांमध्ये इंटरव्ह्यूची तयारी कशी करायची ते विस्तृतरीत्या उदाहरणांसह दिले आहे.

◆

इंटरव्ह्यूमध्ये विचारले जाणारे प्रश्न

विषय कोणताही असो आणि कोणतीही परीक्षा किंवा इंटरव्ह्यू असो, आपल्याला एक प्रश्न विचारायची सवय लागलेली असते – 'हमखास कोणते प्रश्न विचारले जातील?'

या प्रकरणात या प्रश्नांचाच विचार आपण करणार आहोत.

सेरिल्स अनलिमिटेड कंपनीचा कॉन्फरन्स हॉल खचाखच भरला होता. रिसेप्शनिस्टच्या पदासाठी आज इंटरव्ह्यू होते. पोस्ट भरायच्या होत्या दोन आणि इंटरव्ह्यूसाठी उमेदवार आलेले होते सत्तावीस. एकूण एकशेसत्त्याहत्तर अर्ज आलेले होते, त्यामधून सत्तावीस उमेदवारांची प्रत्यक्ष इंटरव्ह्यूसाठी निवड करताना मी आणि माझे सहकारी माधवन यांची अक्षरश: तारेवरची कसरत झाली होती. मी नेहमीसारखा कॉन्फरन्स हॉलमध्ये एक राऊंड मारला. इंटरव्ह्यू सुरू करण्याआधी उमेदवारांचा 'फील' घ्यायची माझी नेहमीचीच पद्धत आहे. जाताजाता त्यांचे संवाद ऐकले. त्यांची घालमेल, बेचैनी, घबराहट, उत्सुकता ताबडतोब जाणवत होती. बहुतेक सगळ्या मुलीच होत्या.

पहिली उमेदवार आत आली. रिसेप्शनिस्टच्या पदासाठी छान व्यक्तिमत्त्व...! पदवीधर. अत्याधुनिक टेलिफोन सिस्टिमची माहिती. पब्लिक रिलेशन्समध्ये डिप्लोमा. बायो-डेटा चांगलाच होता, पण खूप घाबरलेली दिसत होती. प्रथम तिला थोडा आत्मविश्वास देण्याची आवश्यकता होती. तिचे आणि आमचे ट्यूनिंग जमणे महत्त्वाचे होते. मी माधवनकडे हसून बघितले. ''बैस ना!'' असे म्हणून तिला बसायला सांगितले आणि अगदी सहज विचारतात तसा पहिला प्रश्न विचारला, ''काय नाव तुमचे?''

इंटरव्ह्यूमध्ये उमेदवाराला स्थिरस्थावर करण्यासाठी, त्याचा ताण घालवून त्याला थोडे शांत करण्यासाठी (relax) सुरुवातीला हमखास काही अगदी साधे आणि सोपे प्रश्न विचारले जातात. काही वेळेला उमेदवार कठीण प्रश्नांची अपेक्षा करत असतो आणि इतका साधा प्रश्न ऐकून थोडा आश्चर्य चकितही होतो, पण प्रश्न जरी साधे असले तरी त्याची उत्तरे तुम्ही कशी देता ते महत्त्वाचे असते. प्रथम प्रश्न बघू या.

१. तुमचे नाव काय?/तुमचे नाव सांगा.
२. तुम्ही कोठे राहता?
३. इथे येताना त्रास झाला का? हा पत्ता लगेच सापडला का?
४. तुमचे शिक्षण कुठपर्यंत झालेले आहे?
५. कोणत्या कॉलेजात होतात?

हे प्रश्न अगदी बाळबोध वाटतात, पण या प्रश्नांच्या उत्तरांमधून तुमचा आत्मविश्वास, पाल्हाळ न लावता समर्पकपणे उत्तर देण्याची तुमची हातोटी, दुसऱ्याचे लक्ष वेधून घेण्याची कला, तुमची देहबोली या गोष्टींची माहिती तुम्ही ताबडतोब करून देत असता. मग कशी द्याल या प्रश्नांची उत्तरे?

१. तुमचे नाव काय?/तुमचे नाव सांगा.

अगदी बालवाडीत किंवा 'माँटेसरी'त जाणाऱ्या मुलालासुद्धा हा प्रश्न विचारला जातो आणि 'माझे नाव रूपेश आहे', असे त्याला त्याचे नाव सांगायला शिकविले जाते. मोठेपणीसुद्धा खूप व्यक्ती या प्रश्नाचे उत्तर देत असताना 'माझे नाव---' अशीच सुरुवात करतात, पण हे बाळबोध आणि ऐकणाऱ्यावर विशेष छाप न पडणारे उत्तर झाले. आपण आता व्यावसायिक पद्धतीने (professional) आणि स्वतःची एक स्टाईल तयार करून उत्तर देणार आहोत. इथे आपण आपली ओळख करून देत आहोत, त्यामुळे या प्रश्नाचे उत्तर 'मी रूपेश. रूपेश म्हात्रे.' असे थोडेसे हसून, शांत आवाजात, पण ठासून उत्तर दिले, तर ते आपला आत्मविश्वास दर्शविणारे ठरते.

तुम्हीही आरशात बघून किंचित हसून या पद्धतीने तुमचे नाव सांगून तुमची ओळख करून देण्याची प्रॅक्टिस करा.

२. तुम्ही कोठे राहता?

तुमच्या बायो-डेटामध्ये तुमचा पत्ता तुम्ही दिलेला आहे. तो प्रश्न विचारणाऱ्या अधिकाऱ्यानेही तुमचा पत्ता वाचलेला असतो, पण इंटरव्ह्यूमध्ये चर्चेला सुरुवात करण्यासाठी, उमेदवाराला बोलते करण्यासाठी हा प्रश्न विचारला जातो. उत्तर म्हणून तुम्ही तुमचा पोस्टाचा पत्ता सांगणे हे अपेक्षित नाही. तुम्हीही चटकन बोलायला, संवाद साधायला सुरुवात करायला पाहिजे. 'मी मूळचा कोल्हापूरचा आहे, पण आता येथे मुंबईतच स्थायिक झालो आहे. मी अंधेरीलाच राहतो.'

३. इथे येताना त्रास झाला का? हा पत्ता लगेच सापडला का?

'होऽ हो! पत्ता लगेच मिळाला आणि काल येऊन ऑफिस बघूनही गेलो होतो, त्यामुळे कसलाच त्रास झाला नाही.'

या अशा उत्तराने तुमचे वागणे अतिशय व्यवस्थित आहे, प्रत्येक काम तुम्ही व्यवस्थित करता हे लक्षात येते.

४. तुमचे शिक्षण कुठपर्यंत झालेले आहे?

'मी कॉमर्स ग्रॅज्युएट आहे. त्यानंतर स्पेशलायझेशन म्हणून कंपनी टॅक्सेशनचे आणि टॅलीचे कोर्सेस केलेले आहेत. मला अकाउन्ट्समधले इतरही सॉफ्टवेअर्स माहिती आहेत.'

'मी आयटीआय पास आहे. फॅब्रिकेशनमध्ये मला विशेष ज्ञान आणि अनुभव आहे.'

'मी मेकॅनिकल इंजिनियर आहे; त्यानंतर स्पेशलायझेशन म्हणून मी मार्केटिंग मॅनेजमेंटमध्येही पदवी मिळविलेली आहे.'

ही प्रातिनिधिक उत्तरे वाचल्यावर तुमच्या लक्षात येईल की, आपण आपले शिक्षण नेमकेपणाने आणि सुस्पष्टरीत्या सांगितलं पाहिजे. त्याची ऐकणाऱ्याच्या मनावर छाप पडते.

आता छाप न पडणारी उत्तरे बघा.

'मी टी.वाय. बी.कॉम केलेले आहे. कंपनी टॅक्सेशनमध्ये डिप्लोमा केलाय. टॅलीचा कोर्स केलाय. कॉम्प्युटरपण शिकलोय.'

'माझे आयटीआय झालंय. फॅब्रिकेशनमध्ये.'

'मी बी.ई. करून मार्केटिंग मॅनेजमेंट केलंय.'

इंटरव्ह्यूमध्ये तुम्ही कधीही एस.वाय, एफ.वाय. असा शैक्षणिक वर्षांचा उल्लेख करू नका. ते फक्त काही विद्यापीठांतच आहे. सर्वांनाच ते माहीत नसते. मल्टिनॅशनल कंपनीमध्ये अशी छाप न पडणारी उत्तरे दिलीत तर इंटरव्ह्यूमध्ये तुम्हाला कमी मार्क मिळतील.

५. कोणत्या कॉलेजात होतात?

हा प्रश्नसुद्धा तसा आगंतुक स्वरूपाचाच आहे, कारण उमेदवाराचे शिक्षण कोणत्या कॉलेजात झालेले आहे याचा आणि नोकरीचा काही संबंध नाही, पण हा प्रश्न विचारण्याचा उद्देश उमेदवाराला बोलते करणे हाच आहे, त्यामुळे हे उत्तरसुद्धा अत्यंत समर्पक रितीनेच द्यावयाचे आहे.

'मी विलिंग्डन महाविद्यालयात होते.'

'मी विलिंग्डन महाविद्यालयात होते, पण माझे पदव्युत्तर शिक्षण मात्र पुणे विद्यापीठात झाले.'

या प्रश्नोत्तरांवरून एक गोष्ट तुमच्या लक्षात आली असेल. आपण 'कर्ता-कर्म-क्रियापद' असे संपूर्ण वाक्यात उत्तर दिले. कोठेही तुटक उत्तर दिले नाही. उत्तरे देताना आवाजात अदब, मार्दव, पण स्पष्टपणा आहे.

याच धर्तीचे आणखीही काही प्रश्न इंटरव्ह्यू सुरू करण्याच्या उद्देशाने विचारले जाऊ शकतात, पण आता तुमचा या प्रश्नांकडे बघण्याचा दृष्टिकोन तयार झाला. त्यामुळे अशा स्वरूपाचे प्रश्न का विचारले जातात आणि त्यांची उत्तरे कशी द्यायची हे तुमच्या लक्षात आले असेल.

दोन – उमेदवाराचे मूल्यमापन आणि मूल्यांकन करणारे प्रश्न :

प्राथमिक प्रश्न विचारून झाल्यावर खऱ्या अर्थाने इंटरव्ह्यूला सुरुवात होते. प्रत्येक पदासाठी उमेदवाराजवळ कोणती गुण-वैशिष्ट्ये, कौशल्ये, क्षमता असायला पाहिजेत, उमेदवाराचा दृष्टिकोन, त्याची धारणा कशी असायला पाहिजे याबद्दलचे वर्णन कंपनीच्या 'ह्युमन रिसोर्स डेव्हलपमेंट डिपार्टमेंट'तर्फे तयार केलेले असते. या वर्णनाप्रमाणे प्रश्न विचारून उमेदवारांचे मूल्यमापन आणि मूल्यांकन केले जाते. हे प्रश्न साधारणपणे पुढीलप्रमाणे असतात.

१. तुम्हाला तुमची बलस्थाने किंवा शक्तिस्थाने सांगता येतील का?

२. तुम्हाला तुमच्या व्यक्तिमत्त्वातील त्रुटी, कमतरता सांगता येतील का?

३. तुमच्या स्वभावातली खास वैशिष्ट्ये कोणती?

४. तुमची आयुष्यातील ध्येये कोणती?

५. आयुष्यात काय मिळाले असता आपण खूप सुखी आहोत असे तुम्हाला वाटेल?

हे प्रश्न जरी सोपे वाटले तरी त्यासाठी आपली प्रचंड तयारी लागते. ही तयारी दोन प्रकारची असते.

१. त्या विशिष्ट पदासाठी कोणती गुण-वैशिष्ट्ये, कौशल्ये, क्षमता अपेक्षित असतील याबद्दल आपल्याला विचारपूर्वक अंदाज करता आला पाहिजे.

२. आपली स्वतःची गुण-वैशिष्ट्ये, कौशल्ये, क्षमता, दृष्टिकोन, शक्तिस्थाने, कमतरता, त्रुटी यांची वस्तुनिष्ठ माहिती आपल्याला असणे आवश्यक आहे. त्यासाठी आपण आपले 'स्वोट ॲनॅलिसिस' करणे अत्यंत गरजेचे आहे. 'स्वोट ॲनॅलिसिस' कसे करायचे याची माहिती प्रकरण

क्रमांक ६मध्ये दिलेली आहे.

आपण ही तयारी केलेली आहे हे गृहीत धरून आता वरील प्रश्नांची उत्तरे कशी द्यायची ते बघू.

६. तुम्हाला तुमची बलस्थाने किंवा शक्तिस्थाने सांगता येतील का?

आपल्या व्यक्तिमत्त्वामध्ये इतरांपेक्षा काही वेगळेपण असते. आपल्याला काही गोष्टी छान करता येतात. आपल्याजवळ आपली म्हणून काही खास कौशल्ये, गुण-वैशिष्ट्ये असतात, ज्यामुळे आपण इतरांपेक्षा थोडेसे वेगळे आणि चांगले असतो. ही आपली बलस्थाने किंवा शक्तिस्थाने असतात. इंटरव्ह्यू घेतानाचा माझा अनुभव असा आहे की, बऱ्याच उमेदवारांनी आपल्या बलस्थानांचा विचारच केलेला नसतो, त्यामुळे प्रमुख महत्त्वाची बलस्थाने राहतात बाजूला आणि गौण बाबींबद्दलच ते बोलत राहतात, त्यामुळे इंटरव्ह्यूमध्ये त्यांची छाप पडत नाही.

कोणत्याही जबाबदारीच्या पदासाठी पुढीलप्रमाणे व्यवस्थापकीय (मॅनेजरियल) बलस्थाने किंवा शक्तिस्थाने आवश्यक असतात. यालाच 'वर्तनकौशल्ये' आणि 'जीवनकौशल्ये' असे म्हणतात.

१. कोणतेही काम किंवा जबाबदारी यशस्वीरीत्या पूर्ण करण्याची सिद्धीप्रेरणा
२. संघामध्ये समरस होऊन काम करण्यासाठी संघभावना (टीम स्पिरिट)
३. सर्वांना एकत्र घेऊन काम करण्याचे संघटनकौशल्य (टीम बिल्डिंग)
४. ध्येयासक्ती, ध्येयाभिमुखता
५. नियोजन कौशल्य
६. नेतृत्वगुण
७. निर्णयक्षमता
८. वक्तृशीरपणा
९. जबाबदारी पेलण्याची क्षमता
१०. संभाषण कौशल्य
११. सर्जनशीलता
१२. कल्पकता
१३. आकलनक्षमता
१४. शिस्तबद्धता
१५. निश्चयी वृत्ती
१६. उत्कृष्ट कार्यसंस्कृती
१७. वागण्या-बोलण्यातला खरेपणा

आता हे सगळेच्या सगळे गुण किंवा कौशल्ये आपल्याजवळ असणे शक्य

नाही किंबहुना नसतातच, त्यामुळे ही महत्त्वाच्या गुणांची यादी पाठ करून इंटरव्ह्यूमध्ये सांगणे हास्यास्पद दिसेल, पण या यादीच्या आधारे आपली खरीखरी गुण-वैशिष्ट्ये आपल्याला व्यवस्थित सांगता येतील.

उत्तर देण्याची पद्धत : किंचित थांबून, थोडेसे हसून उत्तर द्यावे. 'खरं म्हणलं तर खूप विचार करायला लावणारा हा प्रश्न आहे. अशी गुण-कौशल्यांची मोठी यादी वगैरे नाही सांगता येणार, पण मला संघटना बांधणी चांगली जमते. माझ्याजवळ नेतृत्व कौशल्य बऱ्यापैकी आहे. मी शिस्तीत काम करतो. आपले ठरविलेले उद्दिष्ट साध्य करण्यासाठी मी खूप मेहनत घेतो.'

उमेदवाराचे मूल्यमापन आणि मूल्यांकन करण्यासाठी विचारण्यात येणाऱ्या सर्व प्रश्नांचे एक महत्त्वाचे वैशिष्ट्य आहे. हे सर्व प्रश्न, तुम्ही दिलेल्या उत्तरावर उपप्रश्न विचारले जाऊ शकणारे म्हणजे 'ओपन एन्डेड' या वर्गातले असतात. आता वर दिलेले जे उत्तर आहे, त्यावर विचारले जाणारे उपप्रश्न बघा.

१. तुम्ही आतापर्यंत कोणत्या संघटना बांधण्याचा प्रयत्न केलात? या संघटना अजुनही आहेत का?

२. संघटना बांधलीत म्हणजे नेमके काय केलेत?

३. संघटनेमध्ये तुमची नेमकी जबाबदारी कोणती असते?

४. नेतृत्वकौशल्य म्हणजे नेमके काय?

५. नेतृत्व करायला का आवडते?

६. तुमच्या नेतृत्वक्षमतेचे एखादे उदाहरण द्या.

७. शिस्तीत काम करतो म्हणजे काय?

८. उद्दिष्ट साध्य करणे एकट्यावरच अवलंबून असते का?

साधारणपणे उपप्रश्नांचा रोख काय असतो, ते तुमच्या लक्षात आले असेलच. याला उलट तपासणी घेणे किंवा 'क्रॉस चेकिंग' असे म्हणतात, त्यामुळे उत्तरे देत असताना ती अत्यंत खरी, वस्तुनिष्ठ, वास्तववादी आणि आत्मविश्वासपूर्ण असणे महत्त्वाचे आहे. त्यामध्ये पोकळपणा, फुशारकी, दांभिकता, प्रौढी नसावी. खरे आणि खोटे उत्तर इंटरव्ह्यू घेणाऱ्याला ताबडतोब समजते. खोट्या उत्तरांनी आपली प्रतिमा मलीन होते.

७. तुम्हाला तुमच्या व्यक्तिमत्त्वातील त्रुटी, कमतरता सांगता येतील का?

हा प्रश्नसुद्धा 'स्वोट ॲनॅलिसिस'वर आधारित आहे. बलस्थाने किंवा शक्तिस्थाने ही जर नाण्याची एक बाजू समजली तर त्रुटी, कमतरता ही नाण्याची दुसरी बाजू समजता येईल. जसा आपण आपल्या बलस्थानांचा फारसा विचार केलेला नसतो, त्याचप्रमाणे आपण आपल्या त्रुटींचाही फारसा विचार केलेला नसतो. आता या

त्रुटीसुद्धा कामाशी, तुम्ही करू इच्छित असलेल्या नोकरीशी संबंधित असतात. वरील परिच्छेदात आपण काही प्रमुख शक्तिस्थानांची किंवा बलस्थानांची यादी केलेली आहे. आता त्याचे विरुद्धार्थी शब्द म्हणजे आपल्यामधील त्रुटी किंवा कमतरता असतात. त्याव्यतिरिक्त काही महत्त्वाच्या कमतरता म्हणजे आळशीपणा, चटकन राग येणे, कोणतेही व्यसन असणे इत्यादी.

आपली शक्तिस्थाने सांगत असताना आपण पटकन पाच-सहा गुण-वैशिष्ट्ये सांगू शकतो, पण त्रुटी किंवा कमतरतांच्या बाबतीत तसे करून चालणार नाही. अशी एक भलीमोठी दुर्गुणांची यादी जर आपण दिली आणि या माझ्या त्रुटी आहेत असे सांगितले, तर इंटरव्ह्यूमध्ये आपला काय निकाल लागेल ते इतर कोणीही सांगायची आवश्यकता आहे का? पण हा थोडा संभ्रमात टाकणारा म्हणजे 'ट्रिकी' प्रश्न आहे. प्रत्येकाकडे काही ना काही दोष असतात, हे इंटरव्ह्यू घेणाऱ्यालाही माहीत असते.

पण विचारलेल्या प्रश्नाचे समर्पक उत्तर तर दिले पाहिजेच. कसे देणार या प्रश्नाचे उत्तर?

असा प्रश्न जर इंटरव्ह्यूमध्ये विचारला गेला तर थोडेसे थांबा, क्षणभर विचार केल्यासारखे दाखवा आणि थोडे थांबत-थांबत उत्तर द्या, 'खरं म्हणाल तर त्रुटी किंवा कमतरतांबद्दलही अनेकदा मनात विचार येतो. माझ्यामधील सर्वांत महत्त्वाचा दोष म्हणजे मला चटकन राग येतो. कोणी माझ्याशी खोटे बोलले, काम शिस्तीत केले नाही, दिलेली वेळ पाळली नाही की मला खूप राग येतो.'

आता या उत्तराने तुम्ही तुमच्यामधील त्रुटी किंवा दोष सांगितलात, पण तो सकारात्मकरीत्या सांगितलात, कारण राग सगळ्यांनाच येतो. विनाकारण कोणीच रागवत नाही, पण राग येण्याची मुख्य कारणे कोणती असतात? आत्ता आपण आपल्या उत्तरात उल्लेखिलेली आहेत तीच कारणे! मग अशा कारणांसाठी राग आला तर त्यामध्ये काय चुकले? त्यामुळे इंटरव्ह्यूमध्ये असे सकारात्मक उत्तर द्यावे.

८. तुमच्या स्वभावातली खास वैशिष्ट्ये कोणती?

या प्रश्नाचा रोखही तुमची गुण-वैशिष्ट्ये, तुमची शक्तिस्थाने समजावून घेण्याकडेच असतो. येथेही तुम्ही प्रश्न क्रमांक ६चे उत्तर द्यावे, तसेच कोणतीही फुशारकी, बढाई मारू नये. या प्रश्नाच्या उत्तरामधूनही काही उपप्रश्न विचारले जाऊ शकतात, त्यामुळे फार फाटे फुटणार नाहीत याची काळजी घेऊनच उत्तर द्यावे.

९. तुमची आयुष्यातील ध्येये कोणती?

हा प्रश्न परत तुमचा खरेपणा, सच्चेपणा पडताळून पाहण्यासाठी तसेच तुमच्या विचारांची परिपक्वता (मॅच्युरिटी) तपासण्यासाठी विचारलेला असतो. अनेकदा असा अनुभव येतो की, उमेदवारांनी ध्येये, उद्दिष्टे याबाबत विचारच केलेला नसतो. प्रश्नाचे उत्तर द्यायचे म्हणून कुठेतरी काहीतरी ऐकलेली उत्तरे दिली जातात. 'मला भारताचा पंतप्रधान व्हायचे आहे', 'मला चंद्रावर जायचे आहे', 'मला उत्कृष्ट गृहिणी व्हायचे आहे', 'मला मदर तेरेसांसारखी समाजसेवा करायची आहे', 'मला बाबा आमटेंसारखे कार्य करायचे आहे.' अशी अनेक उत्तरे मी स्वत: उमेदवारांकडून ऐकलेली आहेत. ही ध्येये असू शकतात आणि असावीत, पण मग या गोष्टी जर साध्य करावयाच्या असतील, तर त्यासाठीचे मार्ग आणि करावयाची कामे वेगळी आहेत. त्यासाठी या कंपनीत नोकरी करण्याची जरुरी नाही, असे उत्तर ऐकायला लागते. आपण जर नोकरी करायचे ठरविले आहे आणि नोकरी करून अर्थोत्पादन करणे आपल्याला आजच्या घडीला आवश्यक आहे, तर या आपल्या प्राथमिक गरजेशी आपण एकनिष्ठ राहणे जरुरीचे आहे.

काही ध्येये अल्पकाळात साध्य करावयाची असतात, तर काही ध्येये साध्य करण्यासाठी दीर्घ कालावधी लागतो. जेव्हा आपण नोकरीसाठी अर्ज केलेला आहे आणि इंटरव्ह्यूसाठी आलो आहोत तेव्हा आपले पहिले आणि महत्त्वाचे ध्येय म्हणजे नोकरी मिळविणे. स्वत:च्या आणि आपल्या कुटुंबाच्या आर्थिक गरजा भागविण्यासाठी अर्थोत्पादन करणे आणि त्यासाठी नोकरी मिळविणे, हे आपले ताबडतोब साध्य करावयाचे उद्दिष्ट आहे, त्यानंतर मात्र गुणात्मकरीत्या आपल्या व्यक्तिमत्त्वाची, कौशल्ये आणि क्षमतांची, कार्यसंस्कृतीची जडणघडण करणे, जोपासना करणे, उत्कृष्ट काम करणारी व्यक्ती म्हणून नाव कमाविणे, कामातून समाधान मिळविणे यासाठी आपण सातत्याने प्रयत्नशील असतो. याच गोष्टी आपल्याला साध्य करायच्या असतात. या सर्व गोष्टी थोडक्यात सांगायच्या तर 'पैसा, प्रतिष्ठा, समाधान', ही तीन ध्येये आपल्याला आयुष्यात साध्य करायची असतात.

एकदा हे लक्षात आले म्हणजे 'तुमची आयुष्यातील ध्येये कोणती?' या प्रश्नाचे उत्तर देणे सोपे होते. आता आपल्या उत्तरांत अपेक्षित खरेपणा आणि परिपक्वता दिसून येईल.

आपले उत्तर असेल, 'ध्येय हा शब्द खरं म्हणाल तर खूप मोठा झाला, पण मी जो विचार करतो आहे/करते आहे, त्याला जर ध्येय म्हणायचे झाले, तर मी पहिले प्राधान्य चांगल्या कंपनीत नोकरी मिळविणे आणि अर्थोत्पादनाला सुरुवात करणे यालाच देईन, पण त्यानंतर मात्र मी निवडलेल्या क्षेत्रात मला उच्च पदावर

पोहोचायचे आहे, त्यासाठी आवश्यक ते शिक्षण, प्रशिक्षण घेणे, क्षमतांचा, कौशल्यांचा विकास करणे, यासाठी काम करता करताच मला वेळ काढावा लागेल, त्यामुळे मला अधिक जबाबदारीचे काम करता येईल. करत असलेल्या कामात एक विश्वासार्ह व्यक्ती म्हणून नाव कमवावे आणि करत असलेल्या कामातून खूप समाधान मिळवावे, हे माझे आयुष्यभराचे ध्येय असेल.'

१०. आयुष्यात काय मिळाले असता आपण खूप सुखी आहोत असे तुम्हाला वाटेल?

'माझ्यासाठी हा खूप विचार करायला लावणारा प्रश्न आहे, पण मनासारखे काम करायला मिळणे, सर्व सहकाऱ्यांमध्ये आणि समाजात विश्वासार्ह आणि जबाबदार व्यक्ती म्हणून ओळख निर्माण होणे, करत असलेल्या कामातून समाधान मिळणे याच गोष्टी मला महत्त्वाच्या वाटतात, त्यामुळेच मी खूप सुखी आहे असे मला वाटेल.'

११. तुमच्याबद्दल अधिक माहिती द्या.

आता हा प्रश्न संदर्भ नसलेला वाटतो. आपण वरील परिच्छेदांमध्ये काही प्रश्नांचा विचार केलेला आहे, पण इंटरव्ह्यूमध्ये हे सर्वच प्रश्न याच क्रमाने विचारले जात नाहीत, त्यामुळे उमेदवाराची विस्तृत माहिती मिळविण्याच्या उद्देशाने हा प्रश्न विचारला जातो. आता अधिक माहिती द्यायची म्हणजे काय अपेक्षित आहे? यामध्ये आपले छंद, आवडी, शक्तिस्थाने, त्रुटी, ध्येय, कुटुंब, कामाचा अनुभव याच बाबींबद्दल आपण माहिती द्यावी हे अपेक्षित आहे.

'मी एका सुशिक्षित कुटुंबातून आलो आहे. माझे संपूर्ण कुटुंब शिक्षणक्षेत्रात नामांकित आहे. मला मात्र इंजिनियर व्हायची इच्छा होती. घरात आम्हा सर्वांनाच निर्णय स्वातंत्र्य आहे. माझ्याजवळ तीव्र इच्छाशक्ती, यशस्वी होण्याची प्रेरणा, आत्मविश्वास आणि कष्ट करण्याची तयारी आहे. कॉलेजमध्ये असताना क्रिकेटमध्ये मी कॉलेजच्या टीमचा कॅप्टन होतो. मला टीममध्ये काम करायला आवडते. आव्हाने घ्यायला आवडतात. फक्त कोणी खोटे बोलले की मला राग येतो. मला वाचनाचाही नाद आहे. या व्यतिरिक्त आणखी काही माहिती सांगू का?'

तीन – कौटुंबिक पार्श्वभूमीबद्दल विचारले जाणारे प्रश्न :

इंटरव्ह्यूच्या काही प्रश्नांचा ओघ आपली कौटुंबिक पार्श्वभूमी समजावून घेण्याकडे असतो, त्यामुळे आपले संगोपन कोणत्या वातावरणात झाले, आपल्यावर कशा प्रकारे संस्कार झाले आहेत, आपल्या कुटुंबात कोण सदस्य आहेत, त्यांचा

आपल्यावर असलेला प्रभाव, आपल्यावरील कौटुंबिक जबाबदारी, त्याची आपल्याला असलेली जाणीव याचबरोबर कुटुंबातील व्यक्तींबरोबर असलेले आपले संबंध, त्यांमधून आपल्यामध्ये विकसित झालेली सांघिक कौशल्ये अशा अनेक गोष्टींची माहिती आपला इंटरव्ह्यू घेणारे अधिकारी आपल्याकडून मिळवित असतात.

जगात कोठेही गेलो तरी, आपल्यासाठी प्रामुख्याने दोन संघ म्हणजे 'टीम्स' महत्त्वाच्या असतात. एक म्हणजे आपले कुटुंब आणि दुसरे म्हणजे आपण जेथे काम करतो ती आपली कंपनी, त्यामुळे घरात जोपासल्या गेलेल्या सांघिक कौशल्यांचाच वापर आपण कंपनीत आपल्या सहकाऱ्यांबरोबर करत असतो. याच कारणाने आपल्याला इंटरव्ह्यूमध्ये आपल्या कुटुंबाबद्दल प्रश्न विचारले जातात. या प्रश्नांची उत्तरे आपण कशी देतो त्याचाही प्रभाव आपल्या इंटरव्ह्यूच्या कामगिरीवर होत असतो. या संदर्भात आता काही प्रश्नांचा विचार आपण करू.

१२. तुमच्यावर काही कौटुंबिक जबाबदाऱ्या आहेत का?

'कुटुंबाची आर्थिक जबाबदारी नाही, पण तरीही माझ्यावर खूप जबाबदारी आहे. मला माझ्या कुटुंबाचा नावलौकिक खूप महत्त्वाचा आहे. माझ्या चांगल्या कामामुळे तो वाढावा अशी माझी इच्छा आहे. भावंडांमध्ये मी सर्वांत मोठा आहे. त्यांना माझा आदर्श वाटेल असेच वागायचे मी ठरविलेले आहे. मला याच जबाबदाऱ्या महत्त्वाच्या वाटतात. आता शिक्षण पूर्ण झाल्यामुळे कुटुंबाला आर्थिक हातभार लावावा असेही वाटते.'

१३. तुमच्या कुटुंबाची अधिक माहिती द्या.

या प्रश्नात तुम्ही तुमच्या कुटुंबाची विस्तृत माहिती द्यावी असे अपेक्षित आहे. अनेकदा या प्रश्नाचे उत्तर देत असताना उमेदवार आपल्या घरात किती आणि कोण कोण माणसे आहेत हेच सांगत बसतात. प्रश्नाच्या अपेक्षित उत्तरात खालील मुद्दे असावेत.

१. घरात कोण कोण आहेत
२. शैक्षणिक दर्जा
३. घरातील प्रमुख व्यक्ती – नोकरी/स्वतंत्र व्यवसाय/उद्योग – काय करतात?
४. घरातील व्यक्तींना कोणत्याही क्षेत्रांत विशेष कामगिरी, पुरस्कार, मानसन्मान मिळाले असल्यास
५. घरातील वातावरण

'घरात आम्ही चौघेजण आहोत. आई-बाबा, मी आणि माझा धाकटा भाऊ.

आई कॉलेजमध्ये प्राध्यापक आहे. बाबा वकील आहेत. धाकटा भाऊपण एल.एल.बी करतो आहे. त्याला वकिली करायची आहे. आमचे कुटुंब उच्च शिक्षित आणि अतिशय सुसंस्कृत आहे. आमच्या घरात जणू आमची चौघांची एक टीमच आहे. आम्ही आमची कामे आणि जबाबदाऱ्या ठरविलेल्या आहेत, त्यामुळे कामाच्या आनंदाबरोबरच एकमेकांना मदतही होते. आम्हा सर्वांनाच गाण्याचीही आवड आहे.'

चार – तुमच्या व्यक्तिमत्त्वाच्या इतर पैलूंबद्दल विचारले जाणारे प्रश्न :

कोणताही इंटरव्ह्यू असला तरी त्यामध्ये तुम्हाला तुमच्या व्यक्तिमत्त्वाबद्दल काही प्रश्न हमखास विचारले जातात. तुमचे छंद, आवडी, कोणत्या गोष्टींमध्ये विशेष रस वाटतो इत्यादी प्रश्नांतून तुमची भावनिक, सामाजिक जडणघडण, तुमच्या क्षमता, कौशल्ये याबद्दल माहिती मिळत असते, त्यामुळे तुम्ही हे प्रश्नसुद्धा गांभीर्यानेच घ्यावेत. काही प्रतिनिधिक प्रश्न येथे विचारार्थ घेतलेले आहेत. अशाच अनेक प्रश्नांची तुम्हाला तयारी करणे शक्य होईल.

१४. तुम्हाला कोणते छंद आहेत?

'मला खूप छंद आहेत. प्रत्येक नवीन गोष्ट मला करायला आवडते – त्यात एक प्रकारचे आव्हान असते. लहानपणापासून आजपर्यंत मी वाचन करणे, कविता करणे, नाटकात कामे करणे, क्रिकेट खेळणे, आमच्या परिसरातील मुलांना एकत्र करून परिसरात झाडे लावणे आणि परिसर आकर्षक ठेवण्यासाठी विविध कामे करणे, गड-किल्ले बघायला जाणे, प्रवास करणे, घरकाम करणे अशा अनेक गोष्टी केल्या आहेत आणि करतो आहे. एकदा सुरू केलेली गोष्ट थांबवायची नाही, त्यामुळे वेळही छान जातो आणि काहीतरी चांगले केल्याचे समाधान लाभते.'

१५. तुम्ही तुमचा मोकळा वेळ कसा घालवता?

आता हा प्रश्न आणि प्रश्न क्रमांक १४ यांमध्ये किती साम्य आहे बघा; त्यामुळे या प्रश्नाच्या उत्तराची विशेष तयारी करणे आवश्यक आहे का? फक्त वरील उत्तर थोडे निराळ्या पद्धतीने द्यावयाचे आहे.

'खरं म्हणालं तर त्याला मोकळा वेळ म्हणता येणार नाही, पण अभ्यास आणि काम यामध्ये जो वेळ मला मिळतो त्या वेळात जोपासण्यासाठी मला खूप छंद आहेत. मित्रांबरोबर क्रिकेट खेळणे, आमच्या परिसरातील मुलांना एकत्र करून परिसरात झाडे लावणे आणि परिसर आकर्षक ठेवण्यासाठी विविध कामे करणे, घरकाम करणे, वाचन, कविता करणे अशा अनेक गोष्टी मी करतो, त्यामुळे वेळही

छान जातो आणि काहीतरी चांगले केल्याचे समाधान लाभते.'

प्रश्न क्रमांक १४ आणि प्रश्न क्रमांक १५ या दोन्ही प्रश्नांच्या उत्तरातील साधर्म्य तुमच्या लक्षात आले असेलच. याचाच अर्थ असा की, जी माहिती तुम्हाला आहे ती योग्य प्रकारे मांडणी करून तुम्हाला इतरांना सांगायची आहे.

१६. तुम्हाला मित्र-मैत्रिणी आहेत का?

'हो, मला खूप मित्र-मैत्रिणी आहेत. मला माणसांचे वेडच आहे. एकदा ओळख झाली की, मी सहसा कोणाला विसरत नाही. अभ्यास, छंद, प्रवास अशा अनेक निमित्ताने झालेले अनेक मित्र मला आहेत.'

१७. तुमचे मित्र-मैत्रिणी कोण आहेत? ते तुमचे मित्र-मैत्रिणी कसे झाले?

'मला खूपच मित्र-मैत्रिणी आहेत. बालपणीचे मित्र, शेजारी राहणारी मुले-मुली, शाळेतले मित्र, कॉलेजातील मित्र, निरनिराळ्या छंदांमुळे एकत्र आलेले ग्रुप्स आणि त्यातून झालेली मैत्री, प्रवासातल्या काही ओळखी अशा वेगवेगळ्या कारणांनी माझे अनेक मित्र-मैत्रिणी आहेत. मला माणसांचे वेडच आहे. एकदा ओळख झाली की, मी सहसा कोणाला विसरत नाही; त्यामुळे सतत माणसांचा गराडाच असतो.'

पाच – बौद्धिक क्षमता विकासासंबंधी विचारले जाणारे प्रश्न :

या प्रश्नांचा विचार केला असता तुमच्या लक्षात येईल की, तुम्ही एका प्रश्नाचे उत्तर दिलेत की, त्यावर पुढचा उपप्रश्न तयार होऊ शकतो म्हणजे हे सर्व प्रश्न 'ओपन एन्डेड' आहेत. हे आणि अशा पद्धतीचे प्रश्न तुम्ही तुमची बौद्धिक क्षमता कशी जोपासता यांसंबंधी विचारले जाणारे प्रश्न आहेत. या प्रश्नांची खरी आणि ठाम उत्तरे आपल्याला देता आली पाहिजेत. जर तुम्ही पुस्तके वाचत नसलात, वर्तमानपत्रे वाचत नसलात तर 'वाचत नाही' असे सांगा, पण प्रत्येक प्रश्नाला होकार द्यायचा म्हणून खोटे सांगू नका, कारण मग एखादा उपप्रश्न विचारला तर आपले पितळ उघडे पडेल. आता या प्रश्नांची उत्तरे कशी द्यायची ते बघू.

१८. तुम्ही वर्तमानपत्रे वाचता का? कोणती वर्तमानपत्रे वाचता? त्यामध्ये काय वाचता?

सकारात्मक उत्तर : 'हो. मी वर्तमानपत्रे वाचतो. रोज आमच्याकडे 'सकाळ' येतो, त्यामुळे सकाळ वाचला जातो. घराशेजारीच लायब्ररी आहे, तेथे संध्याकाळी

जाऊन मी इंग्रजी वर्तमानपत्रे वाचतो, त्यामध्ये प्रामुख्याने 'टाइम्स ऑफ इंडिया' वाचतो. मराठी वर्तमानपत्रे बातम्या आणि विशेषकरून महाराष्ट्रातल्या स्थानिक घडामोडींसाठी वाचतो. टाइम्स मात्र इंग्रजी सुधारणे, निरनिराळ्या विषयांची माहिती मिळविणे आणि विचारप्रक्रिया सुधारण्यासाठी वाचतो – त्यातले लेख छान असतात.'

यापमाणे तुम्ही उत्तर देऊ शकता. यामध्ये तुम्ही वाचत असलेल्या वर्तमानपत्रांचीच नावे सांगा. येथे लिहिले आहे म्हणून 'सकाळ' आणि 'टाइम्स ऑफ इंडिया' म्हणू नका. वरील उत्तरांतील नावे उदाहरण म्हणून घेतलेली आहेत. आता वरील उत्तरावर उपप्रश्न कसा विचारला जाऊ शकतो त्याचेही आपण उदाहरण बघू.

उपप्रश्न (ओपन एन्डेड प्रश्न) : 'कालच्या 'सकाळ'मधली हेड लाईन काय होती?'

सकारात्मक उत्तर : 'सोन्याच्या किमतीने ऐतिहासिक उच्चांक गाठला.' ही कालची हेड लाईन होती.

आता हे उत्तर सकारात्मक झाले, कारण तुम्ही ते वर्तमानपत्र वाचले होते आणि हेडलाईनही लक्षात होती, परंतु वर्तमानपत्र वाचले आहे पण हेडलाईन लक्षात नाही असेही होऊ शकते, मग तुम्ही उत्तर देता,

'वर्तमानपत्र वाचले आहे, पण हेडलाईन लक्षात नाही.' आता तुमच्या या उत्तरावरही उपप्रश्न येऊ शकतो. 'मग काय लक्षात आहे ते सांगा.' जर आपण पहिल्याच वेळेला मर्यादित शब्दांत खरे उत्तर दिले, तर उपप्रश्नांची ही मालिका आपण रोखू शकतो, नाहीतर इंटरव्ह्यू घेणारी व्यक्तीही इरेला पडते आणि आपण खोटे उत्तर दिले त्याचे माप आपल्या पदरात टाकते.

नकारात्मक उत्तर, पण सकारात्मक भाव : 'नाही. मी वर्तमानपत्रे वाचत नाही. आजकाल टी.व्ही. आणि इंटरनेटवर सर्व माहिती कळते.'

अर्थात या उत्तरावरही उपप्रश्न येऊ शकतात हे तुमच्या लक्षात आले असेलच.

१९. तुम्ही पुस्तके वाचता का?

जी गोष्ट वर्तमानपत्रांची तीच पुस्तकांची हे लक्षात ठेवा. तुम्ही पुस्तके वाचता का, असल्यास त्यातील काही महत्त्वाच्या पुस्तकांची नावे, लेखकांची नावे निश्चितच आपल्याला माहीत असणे आवश्यक आहे. तरच आपले उत्तर विश्वासार्ह वाटेल. तुमच्या उत्तरावर उपप्रश्न विचारला जाण्याची शक्यता आहे हे गृहीत धरा, तसेच आधी एखाद्या प्रश्नाला आपल्याला वाचनाची आवड आहे असे आपण सांगितलेले असेल आणि आता या प्रश्नाला आपण पुस्तके वाचत नाही असे सांगितले तर

आपल्या उत्तरांत विरोधाभास दिसून येईल. या सर्व बाबींचा विचार करून उत्तर द्यावे.

अपेक्षित उत्तर : 'हो. मला वाचनाची आवड आहे, त्यामुळे मी खूप पुस्तके वाचतो. त्यामध्ये साहस कथा, ऐतिहासिक कादंबऱ्या, ललित लेखन, प्रवास वर्णने वाचायला मला खूप आवडते.'

उपप्रश्न : 'तुम्ही वाचलेल्या एखाद्या ऐतिहासिक कादंबरीचे नाव सांगता येईल का?'

अपेक्षित उत्तर : 'श्रीमान योगी', 'स्वामी', 'छावा' या माझ्या अत्यंत आवडत्या कादंबऱ्या आहेत.'

२०. तुम्ही कोणती पुस्तके वाचता?

आता या प्रश्नाचे उत्तर काय द्यायचे हे तुमच्या लक्षात आले असेलच. वरील प्रश्नांचे जे उत्तर आपण दिले आहे त्याच पद्धतीने या प्रश्नाचेही उत्तर आपण देणे अपेक्षित आहे.

'मी खूप पुस्तके वाचतो. त्यामध्ये साहस कथा, ऐतिहासिक कादंबऱ्या, ललित-लेखन, प्रवास वर्णने वाचायला मला खूप आवडते. 'श्रीमान योगी', 'स्वामी', 'छावा' या माझ्या अत्यंत आवडत्या कादंबऱ्या आहेत.'

२१. तुम्ही कोणत्या लायब्ररीचे सभासद आहात का?

'नाही. मी कोणत्याही लायब्ररीचा सभासद नाही.'

असेही तुमचे उत्तर असू शकेल. किंवा 'आमच्या घराशेजारीच एक लायब्ररी आहे, त्या लायब्ररीचा मी सभासद आहे.'

असेही तुमचे उत्तर असू शकेल, पण आपण जर कोणत्याही लायब्ररीचे सभासद नाही असे उत्तर दिले तर मग तुम्ही पुस्तके कोठून वाचता असा उपप्रश्न येऊ शकेल, त्यामुळे आपण वाचन तर करतो, पण लायब्ररीचे सभासद मात्र नाही हा विरोधाभास होईल. उत्तरे देताना या गोष्टींचा विचार करणे आपल्याला आवश्यक आहे. मग जे पहिले उत्तर आपण दिले त्याला जोड म्हणून असे म्हणावे लागेल की, 'मी स्वत: पुस्तके विकत घेतो आणि वाचतो.' येथे सांगण्याचा महत्त्वाचा मुद्दा हाच आहे की, आपण जे उत्तर देणार आहोत ते संपूर्ण, विचारपूर्वक आणि खरे उत्तर देणे आवश्यक आहे.

२२. तुम्हाला कॉम्प्युटरचे ज्ञान किती आहे?

आजकाल कोणत्याही पदासाठी तुम्ही अर्ज केलांत तरी तुम्हाला कॉम्प्युटरचे ज्ञान असणे आवश्यक आहे. प्रत्येक पदानुसार कॉम्प्युटर सॉफ्टवेअरची आवश्यकता बदलत जाते. आपण जे ज्ञान आणि माहिती मिळविलेली आहे, त्या क्षेत्रातला जो

अनुभव आहे त्याप्रमाणे या प्रश्नाचे उत्तर द्यावे. याबद्दलची माहिती आपण आपल्या बायो-डेटामध्ये दिलेलीच असते, तरीही इंटरव्ह्यूमध्ये असे प्रश्न विचारले जातात.

सहा – तुम्ही जेथे इंटरव्ह्यूला आला आहात त्या कंपनीबद्दलचे प्रश्न :

ज्या कंपनीत आपण इंटरव्ह्यूला जाणार आहोत त्या कंपनीची प्राथमिक तरी माहिती आपल्याला असायला पाहिजे. कंपनीचे अधिकारी ते गृहीत धरतात, त्यामुळे एखाद्या कंपनीतून आपल्याला इंटरव्ह्यूचा कॉल आला की, आपण त्या कंपनीबद्दल जास्तीजास्त माहिती करून घ्यावी. साधारणपणे कंपनीबद्दल पुढीलप्रमाणे प्रश्न विचारले जातात.

१. तुम्हाला आमच्या कंपनीबद्दल काय/कोणती माहिती आहे?

२. या कंपनीत नोकरी मिळावी असे तुम्हाला का वाटते?

३. आमच्या कंपनीच्या उत्पादनांबद्दल तुम्हाला काय माहिती आहे?

इंटरनेटवर अनेक कंपन्यांची माहिती उपलब्ध असते. प्रत्यक्ष त्या कंपनीच्या ऑफिसमध्ये जाऊनही कंपनीबद्दलची माहिती मिळविता येते.

सात – तुमची सांघिक क्षमता आजमाविण्यासाठी विचारले जाणारे प्रश्न :

हे प्रश्न आपली सांघिक क्षमता आजमावून बघण्यासाठी असतात. कोणतेही काम एकट्याने केले जात नाही आणि करता येत नाही. प्रत्येक काम हे सांघिक कामच असते, त्यातील प्रत्येक व्यक्तीची जबाबदारी मात्र वैयक्तिक असते, पण उमेदवाराला ते माहीत आहे का, ती त्याची मानसिकता आहे का हे आजमाविण्यासाठी हे प्रश्न विचारले जातात. आता यासंबंधी काही प्रतिनिधिक प्रश्न आणि त्यांची अपेक्षित उत्तरे आपण बघू.

२६. तुम्हाला एकट्याने काम करायला आवडेल की ग्रुपमध्ये?

''मला नेहमी सर्वांबरोबर टीममध्ये काम करायला आवडते.'' असे उत्तर द्यावे.

२७. ग्रुप आणि टीम यामधला फरक तुम्हाला सांगता येईल का?

टीम आणि ग्रुप या शब्दांमध्ये फरक आहे. त्यामुळे असा प्रश्न विचारला जाण्याची शक्यता अधिक असते. मोठ्या कंपन्यांमध्ये 'टीम्स' तयार केलेल्या असतात. टीमची कामगिरी महत्त्वाची मानली जाते. निवड केलेल्या उमेदवारालासुद्धा

टीममध्येच काम करायचे असते. म्हणून आपल्याला ग्रुप आणि टीममधला फरक माहीत असणे आवश्यक आहे. आता अपेक्षित उत्तर काय आहे ते बघू.

'ग्रुप आणि टीममध्ये मूलभूत फरक आहे. 'ग्रुप' अनौपचारिक असतो, तर 'टीम' औपचारिकरीत्या तयार केली जाते. ग्रुपमध्ये कोणीही व्यक्ती कधीही सामील होते आणि स्वतःच्या इच्छेने ग्रुप सोडून जाऊ शकते. टीमचे सदस्य काही ठरावीक निकषांवर निवडले जातात. एकदा टीमचे सदस्यत्व तुम्ही स्वीकारलेत, तर टीमच्या परवानगीनेच तुम्हाला टीम सोडता येते. ग्रुपचे उद्देश ढोबळमानाने ठरलेले असतात. कोणाच्याही इच्छेने उद्देश कमी जास्त होऊ शकतात, बदलू शकतात; पण टीम ठरावीक उद्दिष्टांनी आणि ठरावीक कामासाठीच तयार होते. टीमने ठरविल्याशिवाय उद्दिष्ट आणि कामामध्ये बदल होऊ शकत नाही. टीममध्ये प्रत्येक सदस्याची जबाबदारी, भूमिका ठरलेली असते. टीमचे म्हणून काही नियम असतात. हे नियम पाळले नाहीत, तर त्यावर शिस्तभंगाची कारवाई होऊ शकते. काहीवेळा दंडात्मक कारवाईही होते. सदस्यांच्या कामगिरीचे मूल्यमापन केले जाते. कोणत्या निकषांच्या आधारे मूल्यमापन करायचे ते ठरलेले असते आणि त्याची माहिती सर्व सदस्यांना दिलेली असते. चांगल्या कामगिरीसाठी सदस्यांना बक्षिसे दिली जातात. हे सर्व ग्रुपमध्ये नसते, त्यामुळे ग्रुप आणि टीम यामध्ये मूलभूत फरक आहे.'

आता हे उत्तर देण्यासाठी आपल्याला 'समूह', 'गर्दी', 'संघ/टीम', 'गट/ग्रुप' या संकल्पना माहीत असणे आवश्यक आहे.

२८. टीमचे नेतृत्त्व करायला तुम्हाला आवडेल का?

आता यांसारख्या प्रश्नांनासुद्धा जे खरे असेल तेच उत्तर द्या. अशा प्रश्नांना तुम्ही नकारात्मक उत्तर दिलेत तर तुमची नोकरी जाणार नाही. जरी आज तुमच्यामध्ये नेतृत्त्वगुण नसतील तरी कंपनी प्रशिक्षणाच्या माध्यमातून आवश्यक ते गुण आणि क्षमता तुमच्यामध्ये विकसित करू शकते, त्यामुळे योग्य ते उत्तर द्या. आता वरील प्रश्नाचे उत्तर कसे देता येईल ते आपण बघू या.

अपेक्षित उत्तर १ : 'हो, मला टीमचे नेतृत्त्व करायला नेहमीच आवडते.'

आता या उत्तरावर अगदी हमखास उपप्रश्न विचारला जाणार. हा उपप्रश्न काय असेल ते तुमच्याही लक्षात आले असेलच. लगेचच तुम्हाला विचारले जाईल, 'आजपर्यंत कोणत्या टीमसचे नेतृत्त्व तुम्ही केलेले आहे? किंवा याआधी असे नेतृत्त्व तुम्ही कोठे केले होते?' आता याचे उत्तर मात्र नकारार्थी देऊन चालणार नाही. तुम्हाला टीमसची नावे सांगावीच लागतील. अर्थात यासाठी कोणत्याही कामासाठी काम करत असलेली 'टीम' चालते. यावर तुम्ही तुमच्या शाळा-कॉलेजातील खेळळंच्या टीमस, गायन, वादन, हस्तकला, चित्रकला, योगासने,

क्वीझ, अभिनय अशा निरनिराळ्या स्पर्धांच्या टीम्सची उदाहरणे देऊ शकता. त्या टीम्समध्ये तुम्ही काय जबाबदारी पार पाडलीत, तुमच्या नेतृत्वाचा काय फायदा झाला ते सांगू शकता.

अपेक्षित उत्तर २ : 'मला टीमचे नेतृत्व करायला आवडते, पण शाळा-कॉलेजच्या परीक्षा, चांगले मार्क मिळविण्यासाठी अभ्यासाला द्यावा लागणारा वेळ यामुळे इतर स्पर्धा, खेळ इकडे खूप लक्ष देता आले नाही, पण आमच्या कॉलनीतल्या क्रिकेट टूर्नामेंट्स आणि नवरात्र महोत्सव समितीचा मी मुख्य आहे. या दोन्ही उपक्रमांचे नेतृत्व मात्र मलाच करावे लागते आणि हे मी गेली सात वर्षे करतो आहे.'

आठ – तुमच्या नोकरीबद्दलच्या अपेक्षेसंबंधी विचारले जाणारे प्रश्न :

पगार, पद, कंपनीतील वातावरण यासंबंधी उमेदवाराच्या काही अपेक्षा असतात, त्या समजावून घेणे, हेसुद्धा इंटरव्ह्यूचे एक उद्दिष्ट असते. हे प्रश्न इंटरव्ह्यूमध्ये हमखास विचारले जातात.

२९. तुम्हाला किती पगाराची अपेक्षा आहे?

हा प्रश्न अनेक इंटरव्ह्यूजमध्ये विचारला जातो, त्यामुळे आपण इंटरव्ह्यूला जाताना या प्रश्नाच्या उत्तराची तयारी करून गेलेलेच चांगले आहे. आता उत्तराची तयारी करायची म्हणजे काय करायचे? आपण ज्या प्रकारच्या कंपनीत किंवा संस्थेत काम करणार आहोत त्या प्रकारच्या कंपन्या किंवा संस्थांमध्ये साधारण त्या विशिष्ट पदासाठी किती पगार इतरत्र दिला जातो, याची चौकशी आपण केलेली असणे जरुरीचे आहे. आपल्याला नोकरीची कितीही आवश्यकता असली तरी आपले शिक्षण, क्षमता, कौशल्ये, असल्यास अनुभव या सगळ्यांचा एक दर्जा किंवा 'स्टेटस' असतो. गरज म्हणून वाटेल त्या कमी पगारावर काम करून आपण आपलीच किंमत कमी करून घेणे योग्य नाही, त्याचप्रमाणे उगाचच वाटेल तेवढा पगार सांगूनही चालणार नाही.

इंटरव्ह्यूमध्ये आणखी एक गोष्ट आपल्याला लक्षात ठेवायची आहे, ती म्हणजे इंटरव्ह्यूमध्ये विचारलेल्या प्रश्नांची आपण उत्तरे द्यायची असतात. त्याचप्रमाणे आपणही काही प्रश्न विचारू शकतो. पगाराच्या बाबतीत आपणही काही प्रश्न इंटरव्ह्यू घेणाऱ्या अधिकाऱ्यांना विचारू शकतो. आपल्याला जर त्यांनी पगाराची अपेक्षा विचारली तर आपण विचारू शकतो, 'या पदासाठी तुमच्या कंपनीत काही

पगार ठरविलेले असतीलच ना? किती पगार दिला जातो?' तरीही त्यांनी आपल्याला आपली अपेक्षा विचारली तर आपण 'तुमच्या कंपनीत जो पगार ठरविलेला असेल तो मला चालेल,' असे उत्तर देऊ शकतो किंवा आपली अपेक्षा सांगू शकतो. आपण इंटरव्ह्यूमध्ये पगाराच्या बाबतीत घासाघीस मात्र करू नये.

काहीवेळा आपण आपला पगाराचा अपेक्षित आकडा सांगितला आणि त्यापेक्षा खूपच कमी पगार त्यांनी देण्याची तयारी दर्शविली आणि त्या पगारावर तुम्हाला ती नोकरी करण्याची इच्छा असली तर त्या पगाराला तुम्ही होकार देऊ शकता, पण होकार देत असताना, 'माझ्या अपेक्षेपेक्षा पगार थोडा कमी वाटतो आहे, पण तुमची कंपनी चांगली आहे, मलाही कामाचा चांगला अनुभव मिळेल, त्यामुळे मी या पगारावर काम करायला तयार आहे,' असे उत्तर देऊन ती नोकरी स्वीकारा. जर तो पगार तुमच्या अपेक्षेपेक्षा खूपच कमी असला आणि त्या पगारावर काम करण्याची तुमची तयारी नसली, तर तसे स्पष्टपणे सांगा. 'तुमची कंपनी आणि काम चांगले आहे. मला तुमच्याबरोबर काम करायला नक्कीच आवडले असते, पण पगार खूपच कमी आहे. जर थोडा अधिक पगार असता तर बरे झाले असते.' असे सांगून तुम्ही तुमचा इंटरव्ह्यू थांबवू शकता.

३०. तुम्हाला पगार पाहिजे की नोकरी पाहिजे?

ज्याला संभ्रमात टाकणारा किंवा 'ट्रिकी' प्रश्न असे आपण म्हणू शकतो त्यातील एक प्रश्न वरीलप्रमाणे आहे. आता नोकरी पाहिजे का पगार हा काय प्रश्न झाला का असे तुम्हाला वाटेल, पण इंटरव्ह्यूमध्ये अशा प्रश्नांसाठीही तुमची तयारी असायला पाहिजे. कंपनी काही धर्मादाय संस्था नाही की नोकरी किंवा काम न करवून घेता तुम्हाला फक्त पगार देणार आहे, तसेच असा पगार घेण्याची आपलीही तयारी नसते आणि गरजही नसते. त्यामुळे या प्रश्नातली खोच आपल्या लगेच लक्षात आली पाहिजे.

आपले उत्तर असेल, 'मला नोकरीच करायची आहे. मी नोकरीसाठीच अर्ज केलेला आहे.'

परत यावर उपप्रश्न विचारला जाऊ शकतो, 'मग पगार मिळाला नाही तरी चालेल का?' अशा वेळी केवळ हसून त्या व्यक्तीकडे बघितले तरी चालेल! त्यामध्ये सर्वकाही आले.

३१. तुम्ही नोकरीवर कधी जॉईन होऊ शकाल?

आपला इंटरव्ह्यू चांगला झाला आहे, हे आपल्याला नक्कीच जाणवते. त्यामुळे काहीवेळा इंटरव्ह्यू संपता-संपता जर असा प्रश्न तुम्हाला विचारला गेला

तर आश्चर्य वाटायला नको, पण या प्रश्नाचे उत्तर देताना तुमची घरची कामे आणि जबाबदाऱ्या, इतरत्र काही कामे पूर्ण करायची असली आणि त्यासाठी काही वेळ लागणार आहे का? तुम्ही काही परीक्षा वगैरे देत असलात तर त्यासाठी तुम्हाला काही वेळ हवा आहे का? या व अशा गोष्टींचा विचार करून तुम्ही उत्तर देऊ शकता. त्यामध्ये 'मी उद्यासुद्धा कामाला येऊ शकेन,' या उत्तरापासून आवश्यकतेप्रमाणे काही ठरावीक कालावधी सांगूनही तुम्ही नोकरीवर कधी जॉईन होऊ शकता ते सांगू शकता.

३२. तुम्ही आमच्या कंपनीत किती काळ काम कराल?

आजकाल नोकरी मिळणे जितके अवघड झालेले आहे तितकेच निवडलेला उमेदवार कंपनीत किती काळ काम करेल हे सांगणेही अवघड झालेले आहे. पूर्वी एकदा नोकरी लागली की, निवृत्त होईपर्यंत कोणी नोकरी सोडायचे नाही, त्यामुळे 'कंपनीत चिकटला' असेच म्हटले जायचे, पण आता उमेदवारांना खूप प्रलोभने आहेत. आहे त्या नोकरीपेक्षा थोडा जरी पगार इतरत्र जास्त मिळत असेल, थोड्या अधिक सवलती मिळत असतील तर, आहे ती नोकरी सोडून दुसरी नोकरी स्वीकारणाऱ्या व्यक्तींची संख्या आता वाढलेली आहे. आता आपणही 'आयुष्यभर मी तुमच्याच कंपनीत नोकरी करेन,' असे म्हणू शकणार नाही, त्यामुळे 'नरो वा कुंजरो वा,' अशा आशयाचे उत्तर देणे आवश्यक आहे.

अपेक्षित उत्तर : 'जर पगार चांगला असेल, कंपनीतले वातावरण चांगले असेल आणि मला माझ्या गुण-कौशल्यांचा विकास करून प्रगती करण्याची संधी मिळणार असेल, तर मला नोकरी सोडण्याची काहीच आवश्यकता नाही.'

तुमचे हे उत्तर एक मार्मिक उत्तर समजले जाईल. शेवटी आपल्याला नोकरी करत असताना कोणत्या गोष्टींची आवश्यकता असते? चांगला पगार, चांगले वातावरण आणि विकासाची संधी. या गोष्टी जर आपल्याला योग्यप्रकारे मिळणार असतील तर खरचंच आपल्याला नोकरी सोडण्याची काहीच गरज नाही.

३३. परदेशी जाण्याची तुमची तयारी आहे का?

आधीच्या एका प्रश्नात सांगितल्याप्रमाणे आपणही काही प्रश्न विचारू शकतो. हा असा प्रश्न विचारल्यावर तुमची साहजिक प्रतिक्रिया असणार आहे, **'हे पद तुम्ही परदेशी पोस्टिंगसाठी भरता आहात का?'** या प्रश्नाचे उत्तर कंपनीचा अधिकारी होकारार्थी देईल किंवा 'सहज चौकशी केली' म्हणूनही देईल, पण मग आपली परदेशी जाण्याची तयारी आहे का हे आपल्याला

सांगावेच लागेल.

अपेक्षित उत्तर : 'हो! माझी परदेशी जाण्याची तयारी आहे.'

पर्यायी अपेक्षित उत्तर : 'माझी परदेशी जाण्याची तयारी आहे, पण कदाचित लगेच जाता येणार नाही. माझी परीक्षा आहे/माझ्या बहिणीचे लग्न आहे. त्याची जबाबदारी माझ्यावरच आहे, पण ताबडतोब जाणे जरुरीचे असेल तर मला विचार करावा लागेल.'

३४. तुमच्याकडे पासपोर्ट आहे का?

परदेशी जाण्याची तयारी आहे का? असे विचारल्यावर पुढचा येणारा प्रश्न म्हणजे 'तुमच्याकडे पासपोर्ट आहे का?' अर्थात जर पासपोर्ट असेल तर 'आहे' म्हणून सांगा. जर नसेल तर 'आवश्यकता असल्यास पासपोर्ट काढेन.' असे उत्तर देण्यास हरकत नाही.

आता पासपोर्ट काढण्याची प्रक्रिया सोपी झालेली आहे. महत्त्वाचे म्हणजे तुमच्या नोकरीत तुम्हाला पासपोर्टची गरज असो अथवा नसो एक महत्त्वाचे डॉक्युमेंट म्हणून तुम्ही तुमचा पासपोर्ट काढणे आवश्यक आहे.

नऊ – तुमची मानसिकता पडताळून पाहणारे प्रश्न :

३५. ही नोकरी तुम्हाला मिळाली आहे असे सांगितले, तर तुमच्या भावना काय असतील?

इंटरव्ह्यूचा शेवट करणारे काही प्रश्न असतात त्यातीलच हा एक महत्त्वाचा प्रश्न आहे, अर्थात इंटरव्ह्यूचा शेवट करणे, हा या प्रश्नाचा एकमेव हेतू नाही तर आपली भावनिक किंवा मानसिक पातळी समजावून घेण्यासाठीसुद्धा असे प्रश्न विचारले जातात.

'मला खूप आनंद होईल. चांगल्या कंपनीत नोकरीचा अनुभव मिळतो आहे म्हणून मला समाधान वाटेल.' हे असे उत्तर अपेक्षित आहे. यामधून तुमची भावनिक परिपक्वता, भावनिक संतुलन दिसून येते.

असे उत्तर कधीही देऊ नका. 'अरे व्वा! झालो का मी सिलेक्ट? मला खात्रीच होती.'

'नाही, अजूनही इंटरव्ह्यूचा निर्णय लागलेला नाही.' असे जर इंटरव्ह्यू घेणारा अधिकारी म्हणाला तर आपली फजिती होईल.

३६. या नोकरीसाठी तुमची निवड झालेली नाही असे तुम्हाला सांगितले तर तुम्हाला काय वाटेल?

आपण नोकरी मिळावी या आशेनेच इंटरव्ह्यूला आलेले असतो, त्यामुळे जर स्पष्टपणे असे उमेदवाराला सांगितले तर अनेकदा उमेदवार मानसिकरीत्या ढासळून जातो. सहसा असे प्रश्न विचारले जात नाहीत, तरीही एखादेवेळी विचारल्या जाणाऱ्या अशा प्रश्नाला काय उत्तर द्यायचे? कधीही इंटरव्ह्यूमध्ये सांगू नका, 'ही नोकरी मिळाली नाही म्हणून काय झाले? यापेक्षाही चांगल्या कंपनीत मला नोकरी मिळेल.' 'मी आधीच दुसऱ्या कंपनीत अर्ज केला आहे.' 'मलाही तुमच्या कंपनीत नोकरी करण्याची इच्छा नाही.' अशी उत्तरे देऊ नका. काही वेळेला तुमची निवड झालेली असते, पण तुमची मानसिकता, आत्मविश्वास, इच्छाशक्ती तपासून घेण्यासाठी म्हणूनही हे प्रश्न विचारलेले असण्याची शक्यता असते. त्यामुळे असा प्रश्न विचारला गेला तरी तुम्ही शांतपणे उत्तर देऊ शकता, 'हो का? मला निवड झाली नाही म्हणून खूपच वाईट वाटले. मला तुमच्या कंपनीत नोकरी करायला खूप आवडले असते, पण मी कोठे कमी पडलो आणि माझी निवड का झाली नाही हे जर मला समजले असते, तर मी माझ्यातील या त्रुटी काढण्याचा प्रयत्न करेन.' या अशा उत्तरामुळे तुमच्या सकारात्मक विचारांचाही प्रभाव पडेल.

इंटरव्ह्यूमध्ये सर्वसाधारणपणे विचारले जाणारे प्रश्न आपण बघितले. यासारखेच अनेक प्रश्न तुम्हाला विचारले जाऊ शकतात, परंतु उत्तरे देत असताना आपली विचारपद्धती, मानसिकता, भूमिका कशी असावी, हे तुमच्या लक्षात येण्यासाठी येथे आपण काही प्रतिनिधिक प्रश्नांचा विचार केला.

◆

इंटरव्ह्यूमध्ये विचारले जाणारे असंबंधित प्रश्न

इंटरव्ह्यूमध्ये सर्वसाधारणपणे कोणते प्रश्न विचारायचे याची एक पद्धती ठरून गेलेली आहे, परंतु तरीही काहीवेळा इंटरव्ह्यू थोडा अनौपचारिक आणि व्यक्तिगत पातळीवर येऊ शकतो. इंटरव्ह्यूमध्ये अपेक्षित असलेली वस्तुनिष्ठता जाते आणि व्यक्तिसापेक्षता येते. या अशा इंटरव्ह्यूच्या प्रमुख उद्दिष्टापासून दूर जाण्याचा आणि इंटरव्ह्यूचा 'फोकस' घालविण्याचा प्रमाद मोठ्या कंपन्यांमधील वरिष्ठ अधिकाऱ्यांकडूनही अजाणतेपणातून होत असतो. यामध्ये प्रश्न विचारणारे त्या कंपनीचे पुरुष अधिकारीच असतात असे नाही तर महिला अधिकाऱ्यांचाही समावेश असतो, पण उमेदवार म्हणून आपल्याला सर्वच प्रश्नांची उत्तरे द्यायची असतात आणि द्यावीही लागतात. अशा उद्दिष्टांपासून ढळलेल्या, 'फोकस' गेलेल्या, किंचित आगंतुक आणि असभ्य वाटणाऱ्या प्रश्नांचा विचार आणि तयारी आपण या प्रकरणात करणार आहोत.

एक – महिलांना विचारले जाणारे प्रश्न :

१. तुमचे लग्न कधी झाले?

अर्थीअर्थी स्त्री-पुरुष समानतेच्या काळात हा प्रश्न महिला उमेदवारांना विचारण्याची काहीही आवश्यकता नाही, परंतु अनेकदा यांचे लग्न कधी झाले असेल, मग मुले झाली असतील तर ती मोठी असतील, त्यांची देखभालीची जबाबदारी यांच्यावर किती असेल, नोकरीवर लागल्यावर थोड्याच महिन्यांत प्रसूती रजेवर जाणार नाही ना अशी शंका, धाकधूक कंपनी व्यवस्थापनाच्या मनात असते. विशेषत: लहान आणि मध्यम आकाराच्या कंपन्यांमध्ये हा विचार प्रकर्षाने केला जातो, त्यामुळे कंपनी व्यवस्थापनाच्या भूमिकेतून विचार केला तर त्यात चूक, असभ्य असे काही नाही. त्यांना त्यांचे काम अखंडितपणे चालेल ना, परत जाहिरातीचा खर्च करावा लागेल का अशा गोष्टी महत्त्वाच्या वाटतात, त्यामुळे सरळ उत्तर द्यावे.

२. तुम्हाला किती मुले आहेत?

वरील प्रश्नाप्रमाणेच या प्रश्नाचे प्रयोजन नाही. आपण पुरुष उमेदवारांना हा प्रश्न विचारत नाही, परंतु अनाहूतपणे हा प्रश्न महिला उमेदवारांना विचारला जातो. नोकरी मिळाल्यानंतर एकदा नोकरीची हमी मिळाली म्हणजे थोड्याच कालावधीनंतर महिला कर्मचारी कदाचित प्रसूती रजेवर जाईल आणि कामगार कायद्यांप्रमाणे कर्मचारी महिलेला भरपगारी तीन महिन्यांची रजा द्यावी लागेलच, पण तिच्या रजेच्या काळात बदली कर्मचाऱ्याची तरतूद करावी लागेल अशी काळजी व्यवस्थापनाला वाटते त्यामुळे हा असा प्रश्न विचारला जातो, यावर मोकळेपणाने आपल्याला किती मुले आहेत, त्यांची वये काय आहेत हे सांगायला हरकत नाही.

३. तुम्हाला लहान मूल आहे, त्याची देखभाल करायला घरी कोणी आहे का?

हा प्रश्नसुद्धा आपल्या समाजातील महिला कर्मचाऱ्यांचे विशेष प्रश्न आणि अडचणी माहीत असल्यामुळेच अनेकदा विचारला जातो. लहान मुलाचे संगोपन, देखभाल करण्यासाठी घरी जर आई-सासू किंवा तत्सम व्यक्ती असेल तर लहान मुलांची काळजी महिला कर्मचाऱ्यांना कमी प्रमाणात असते. असे पाठिंबा देणारे घरी कोणी नसले तर मुलांचे आजारपण, शाळेतील शिक्षक-पालक सभा, परीक्षा, अभ्यास यासाठी महिला कर्मचारी रजा घेतात. सहानुभूतीच्या तत्त्वावर व्यवस्थापनाला या रजा मंजूर कराव्या लागतात, पण त्यामुळे नियोजित काम पूर्ण होण्यात अडचणी येतात. कंपनीचे काम हे शेवटी सांघिक काम आहे. एका कर्मचाऱ्याच्या अनुपस्थितीनेही कामावर बराच परिणाम होण्याची शक्यता असते. हा प्रश्न विचारल्यावर जे खरे असेल ते उत्तर द्यावे, परंतु जर घरी कोणी मुलांची देखभाल करणारे नसेल तर नोकरी मिळाल्यास आपण जरूर अशी व्यवस्था करू असे सांगावे, कारण अशी काही व्यवस्था करणे तुम्हाला आवश्यक आहे आणि ती तुम्हाला करावी लागणारच.

४. फॅमिली प्लॅनिंगचे ऑपरेशन केलेले आहे का?

आता हा प्रश्न म्हणजे हद् झाली असे त्या महिला उमेदवाराला निश्चितच वाटेल. एखादे सणसणीत उत्तर देऊन बाहेर पडावे असेही वाटेल, पण अशा वेळी मन आणि डोके शांत ठेवावे. प्रश्न विचारणाऱ्याकडे रोखून बघावे आणि शांतपणे उत्तर द्यावे, 'याचा माझ्या नोकरीशी काही संबंध आहे का?' असे उत्तर दिल्यावर तेथून निघून जावे, कारण कोणत्याही कंपनीच्या धोरणांमध्ये हे आणि असे प्रश्न आपल्या वैयक्तिक आयुष्यात ढवळाढवळ करणारे आहेत. या बाबतीत तुम्ही तेथील वरिष्ठ अधिकाऱ्यांना असे प्रश्न विचारले गेल्याबद्दल तक्रार करू शकता आणि

तुमची नापसंती नोंदवू शकता. आपली मानहानी जर इंटरव्ह्यूमध्येच होणार असेल तर तिथे काम करण्यात काहीच अर्थ नाही.

५. 'या साडीत तुम्ही छान दिसता आहात!'

हा प्रश्न नाही; एक शेरा मारलेला आहे, पण महत्त्वाचा आहे. त्यातून हा शेरा जर एखाद्या पुरुष अधिकाऱ्याने मारला तर फक्त निर्विकार चेहऱ्याने, न हसता फक्त 'थँक्यू यू' म्हणा. या शेऱ्याबद्दल आपली नापसंती दाखवा आणि दुर्लक्ष करा.

वरील सर्व उदाहरणे अतिशय महत्त्वाची आहेत. 'जेंडर सेन्सिटिव्ह' प्रश्न विचारणे हे कोणत्याही कंपनीच्या कोणत्याही धोरणात बसत नाही, त्यामुळे हे प्रश्न खरे म्हणाले तर त्या महिला उमेदवाराला मानहानिकारकच आहेत. असे प्रश्न विचारले असता आपल्याला नोकरीची गरज आहे, कोणत्याही मार्गाने आपल्याला नोकरी मिळालीच पाहिजे हा विचार मनातून काढून टाका. आपले चारित्र्य, मान सर्वांत महत्त्वाचा आहे, त्यामुळे अशा प्रश्नांना ठामपणे उत्तर द्या. उत्तर देत असताना प्रश्न का विचारला गेला असेल याचा क्षणभर विचार करा. काही प्रश्न सुरुवातीला जरी असंबंधित, थोडेसे असभ्य आणि 'लाल झेंडा' दाखविणारे असले तरी त्यामध्ये काही विशिष्ट विचार असतो, पण काही प्रश्न सरासर चुकीचे असतात. तेथे आपण जर गुळमुळीत राहिलो तर नोकरीसाठी निवड होईलही कदाचित, पण नंतर मात्र मानसिक त्रास होईल, म्हणून अशा प्रश्नांचाही विचार करणे महत्त्वाचे आहे.

◆

बायो-डेटा कसा लिहायचा?

कोणत्याही नोकरीसाठी अर्ज करावयाचा असला म्हणजे अर्जासोबत बायो-डेटा जोडावा लागतो, परंतु सर्वसाधारणपणे बायो-डेटा कसा लिहायचा, त्यामध्ये कोणती माहिती लिहिली पाहिजे, ती कोणत्या क्रमाने लिहिली पाहिजे, कशी लिहिली पाहिजे, या माहितीचे महत्त्व काय आहे, हे अनेकजणांना माहीत नसते म्हणूनच आपला बायो-डेटा कसा लिहायचा याची चर्चा आपण या प्रकरणात करणार आहोत.

१. बायो-डेटाचे महत्त्व :

'बायो-डेटा' म्हणजे स्वत:ची वैयक्तिक माहिती. बायो-डेटा हे अप्रत्यक्षरीत्या केलेले स्वत:चे सादरीकरणच असते. 'सादरीकरण' म्हणजे स्वत:ची ओळख करून देणे. आपला बायो-डेटा वाचल्यावर वाचणाऱ्याच्या मनात आपल्या व्यक्तिमत्त्वाबद्दल सुस्पष्ट कल्पना तयार झाली पाहिजे, त्यामुळे बायो-डेटा काळजीपूर्वक लिहायला हवा. बायो-डेटामधून कोणत्याही कामातील आपली स्पर्धात्मकता समजते. विशिष्ट विषयांत आपल्याला किती माहिती आहे, किती अनुभव आहे हे समजते, त्यामुळे बायो-डेटा हे आपले ओळखपत्र आहे.

२. बायो-डेटा लिहिताना घ्यावयाची काळजी :

बायो-डेटा हे आपले ओळखपत्र आहे म्हणून बायो-डेटा लिहिताना पुढील काळजी घेणे आवश्यक आहे.

१. आपण दिलेली सर्व माहिती खरी आणि वस्तुनिष्ठ असावी.

२. आपण दिलेली माहिती प्रमाणित करण्यासाठी काही कागदपत्रांच्या सत्यप्रती बायो-डेटाबरोबर जोडाव्या लागतात, त्यामुळेही दिलेली माहिती सत्य आणि वस्तुनिष्ठ असणे गरजेचे असते.

३. बायो-डेटा नेहमी पांढऱ्या ए-४ (A4) आकाराच्या कागदावर टाइप केलेला असावा. बायो-डेटा हाती लिहू नये. ते ओंगळ दिसते. त्याची

छाप पडत नाही.

४. इंग्रजीत टाइप करत असताना 'टाइम्स न्यू रोमन' (Times New Roman हे फॉन्टचे नाव आहे) या फॉन्टमध्ये १२ फॉन्ट साइझमध्ये टाइप करावे. संपूर्ण जगात हा अधिकृत फॉन्ट साइझ आहे.

५. कारण नसताना कोणतेही शब्द ठळक (बोल्ड) करू नयेत.

६. बायो-डेटा नेहमी काळ्या रंगात टाइप करावा, इतर कोणतेही रंग वापरू नयेत.

७. कागदाला कोणतीही नक्षी, चौकट काढू नये. ते व्यावसायिक/अधिकृत किंवा 'प्रोफेशनल' वाटत नाही.

८. कागदाच्या डाव्या बाजूला साधारणपणे दीड इंचाचा समास म्हणजे 'मार्जिन' सोडलेले असावे; कारण कंपनीत आपला बायो-डेटा फाइलमध्ये लावला जातो. कागदाला पंच करताना जर आवश्यकतेप्रमाणे समास सोडलेला नसला, तर महत्त्वाच्या माहितीवर पंच करताना भोके पडतात. आपली महत्त्वाची माहिती नष्ट होते.

९. बायो-डेटावर तारीख घालावी, त्यामुळे बायो-डेटामध्ये दिलेली माहिती ही त्या तारखेपर्यंतची आहे, असे गृहीत धरले जाते.

१०. बायो-डेटा अधिकृत होण्यासाठी नेहमी सही करूनच द्यावा.

११. बायो-डेटाची कधीही झेराक्स करून देऊ नये. प्रत्येक वेळेस बायो-डेटाची नवीन प्रिंट काढून द्यावी.

१२. बायो-डेटाला घड्या पाडणे, त्याची सुरळी करणे टाळावे.

१३. बायो-डेटासोबत नेहमी आपले पत्र (Covering Letter) जोडावे, त्यामुळे बायो-डेटा कुणाला आणि कशासाठी दिला आहे हे चटकन समजते.

३. बायो-डेटामध्ये द्यावयाचा तपशील :

बायो-डेटामध्ये जरी आपण आपलीच माहिती द्यावयाची असली तरी ती माहिती देण्यामध्येसुद्धा सुसूत्रता आणि शिस्त हवी, म्हणूनच बायो-डेटामध्ये द्यावयाच्या माहितीचे पुढील प्रमुख भाग पडतात.

३.१. वैयक्तिक माहिती :

वैयक्तिक माहितीमध्ये प्रारूपात दिलेल्या क्रमांक १ ते १० या प्रश्नांची उत्तरे येतात.

१. आपले संपूर्ण नाव लिहीत असताना आपले पहिले नाव मग मधले नाव आणि शेवटी आडनाव असे लिहायचे असते. उदाहरणार्थ – उदय दत्तात्रय कुलकर्णी/सौ. मनीषा उदय कुलकर्णी. पुरुषांचे नाव लिहिताना नावाआधी 'श्री.' लिहिण्याची पद्धत नाही, परंतु स्त्रियांच्या बाबतीत मात्र नावाआधी कु./सौ./श्रीमती असे लिहिण्याची पद्धत आहे.

२. आपला पत्ता देत असताना विशेष काळजी घ्यावी. प्रश्न क्रमांक २ ते ५ आपल्या संपर्कासाठी महत्त्वाचे आहेत. पत्ता थोडक्यात, पण नेटकेपणाने द्यावा.

उदाहरणार्थ –

उदय दत्तात्रय कुलकर्णी

ब्लॉक नं. ४, पहिला मजला,

रंगबहार सोसायटी, सिनेमॅक्स शेजारी,

बांद्रा (पश्चिम), मुंबई ४०००५०.

थोडक्यात, हा आपला पोस्टाचा पत्ता आहे. पत्ता लिहिताना गावाचे नाव आणि पिन कोड क्रमांक लिहावा.

काहीवेळा आपला निवासाचा पत्ता एक असतो, पण 'कायम निवासाचा' पत्ता (Permanent Residential Address) निराळा असतो. आपल्याला आवश्यकता वाटत असेल तर कायम निवासाचा पत्ता द्यायलाही हरकत नाही. काही कंपन्यांमध्ये आपला 'रहिवासी दाखला' द्यावा लागतो, त्यामुळे ज्या पत्त्यावर आपले रेशन कार्ड असेल, विजेच्या किंवा टेलिफोनच्या बिलांवर जो पत्ता छापून येत असेल तोच पत्ता द्यावा. ज्या पत्त्यावर कंपनीने पाठविलेले पत्र हमखास मिळेल तो पत्ता लिहावा.

३. दूरध्वनी असल्यास आपला दूरध्वनी क्रमांक द्यावा किंवा 'संपर्कासाठी' म्हणून आपल्या जवळच्या नातेवाइकांचा अथवा मित्राचा पत्ता द्यायला हरकत नाही, पण असा संपर्कासाठी पत्ता देताना एकच निकष ठेवावा. तो म्हणजे त्या क्रमांकावर आपल्याला कोणाचा फोन आला, तर त्यांनी आपल्याला हमखास निरोप सांगितला पाहिजे. दूरध्वनी क्रमांक लिहिताना एस.टी.डी. क्रमांकही लिहावा. उदाहरणार्थ : ०२२-६४०४०६४०

४. जर आपला स्वतःचा मोबाईल असेल तरच मोबाईल क्रमांक द्यावा.

५. आपण आपला ई-मेल तयार करावा. आजकाल संपर्क साधण्यासाठी सररास ई-मेलचा वापर केला जातो, त्यामुळे आपला ई-मेल असणे महत्त्वाचे आहे.

६. आपल्या वैयक्तिक माहितीमध्ये आपली जन्मतारीख आणि वय महत्त्वाचे आहे. नोकरीसाठी अर्ज करताना किंवा नोकरी मिळाल्यावर प्रत्येक

कंपनीत आपला जन्मतारखेचा दाखला द्यावा लागतो. कंपनीच्या विविध धोरणांच्या अंमलबजावणीसाठी जन्मतारीख आवश्यक असते. उदाहरणार्थ, निवृत्ती दिनांक ठरविणे, ज्येष्ठताक्रम ठरविणे, इत्यादी. आपल्याजवळ आपला जन्मतारखेचा दाखला आणि त्याच्या प्रमाणित प्रती असणे आवश्यक आहे.

७. आपला रक्तगट आपल्याला अनेकदा माहीत नसतो, पण केवळ नोकरीसाठीच नाही, तर इतरवेळेलासुद्धा आपला रक्तगट आपल्याला माहीत हवा. सर्वसाधारणपणे बायो-डेटामध्ये रक्तगट लिहिण्याची पद्धत आहे. नोकरी मिळाल्यावर शासनाच्या काही योजनांचा लाभ कर्मचाऱ्यांना देत असताना त्या अर्जात रक्तगट लिहावा लागतो.

८. आपल्याकडे दुचाकी/चारचाकी वाहन असल्यास आपला ड्रायव्हिंग लायसेन्स क्रमांक लिहावा.

९. आयकर विभागातर्फे आपल्याला पॅन म्हणजे 'पर्मनण्ट ॲसेसमेंट नंबर' किंवा आयकर क्रमांक दिला जातो. आपले उत्पन्न ठरावीक मर्यादेपलीकडे गेले म्हणजे पॅन घेणे बंधनकारक असते. नोकरीच्या सुरुवातीला आपल्याकडे पॅन नसतो. त्यामुळे पॅन नसला, तर त्याचा उल्लेख करण्याची आवश्यकता नाही.

१०. काही नोकऱ्यांसाठी पासपोर्ट असणे आवश्यक असते. आवश्यक त्या कागदपत्रांची पूर्तता केली म्हणजे आता पासपोर्ट मिळण्यात कोणतीही अडचण येत नाही, त्यामुळे पासपोर्ट नसल्यास तो काढून ठेवावा.

३.२. शैक्षणिक माहिती :

शैक्षणिक माहिती आणि पूर्वानुभव हा आपल्या बायो-डेटाचा गाभा आहे असे म्हटले तरी चालेल, कारण खऱ्या अर्थाने आपली निवड याच निकषावर होणार असते, त्यामुळे आपण आपली शैक्षणिक माहिती योग्य रितीने सादर करणे महत्त्वाचे असते. शैक्षणिक माहितीचे आपण तीन भाग करू शकतो.

१. औपचारिक शालेय आणि महाविद्यालयीन शिक्षण : यामध्ये आपल्या दहावी (एस.एस.सी.), बारावी (एच.एस.सी.), पदवी आणि पदव्युत्तर शिक्षणाचा समावेश होतो. यामध्ये मिळविलेली पदवी, पदवी कोणत्या बोर्डाकडून घेतली, कोणता क्लास (डिस्टिन्क्शन/फर्स्ट क्लास/ सेकंड क्लास) मिळाला आणि गुणांची (मार्क) टक्केवारी किती होती हा तपशील लिहावयाचा असतो.

२. **तंत्रशिक्षण :** काही व्यक्तींनी औपचारिक शिक्षण पूर्ण करून विशेष तंत्रशिक्षण घेतलेले असते. औपचारिक शिक्षणाचा उल्लेख करून झाल्यावर बायो-डेटामध्ये तंत्रशिक्षणाचा उल्लेख करावा. उदाहरणार्थ : टॅली आणि अकाउन्ट्स संबंधित प्रशिक्षण, कॉम्प्युटरचे प्रशिक्षण, इलेक्ट्रिकल, मेकॅनिकल, इलेक्ट्रॉनिक्स, ऑटोमोबाईल, इत्यादी. ब्यूटीशियन, टेलिफोन ऑपरेटर, इत्यादी. ज्या नोकरीसाठी आपण अर्ज करणार आहोत त्यासंबंधीचेतंत्रज्ञान किंवा तांत्रिक ज्ञान आपण मिळवलेले असते, म्हणून आपल्या बायो-डेटामध्ये तंत्रशिक्षणाचा तपशीलवार उल्लेख जरूर करावा.

३. **इतर प्रशिक्षण :** औपचारिक आणि तांत्रिक शिक्षणाबरोबरच आपण इतरही काही कोर्सेस केलेले असतात, इतरही प्रशिक्षण घेतलेले असते. त्याचीही माहिती आपण आपल्या बायो-डेटामध्ये जरूर द्यावी, कारण काही कंपन्या खेळ, कला-साहित्य अशा क्षेत्रांत काम करणाऱ्या, प्राविण्य संपादन केलेल्या उमेदवारांना नोकरीमध्ये अग्रक्रम देतात. याप्रमाणे शैक्षणिक माहिती तपशिलाने द्यावी.

३.३. कामाचा अनुभव :

शैक्षणिक माहितीप्रमाणे कामाच्या अनुभवाबद्दलही तपशिलाने विस्तृत माहिती द्यावी. प्रश्न क्रमांक १२ ते १७मध्ये आपला कार्यानुभव, आपल्याला कोणती कामे करण्यास विशेष आवडते, आपल्यामध्ये कोणत्या विशेष क्षमता आहेत, आपल्याला काही विशेष पुरस्कार, प्रशस्तिपत्रके, मान-सन्मान मिळालेले आहेत का, इत्यादी माहिती सविस्तर द्यावी. कामाचा पूर्वानुभव देत असताना आपण सध्या करत असलेले काम प्रथम लिहावे आणि मग उलट्या क्रमाने आधी केलेली कामे लिहावीत. उदाहरणार्थ, ज्ञानेश १९९९साली पदवीधर झाला. त्याला सप्टेंबर, १९९९मध्ये 'अॅक्वा फार्मा' कंपनीत नोकरी मिळाली. ती त्याने जून,२००२पर्यंत केली. त्यानंतर जुलैपासून तो 'सीमंत मेकॅनिक्स'मध्ये नोकरीला लागला. ही नोकरी त्याने ऑक्टोबर,२००९पर्यंत केली. नवीन नोकरीसाठी त्याने परत अर्ज केला. त्याने आपला पूर्वानुभव पुढीलप्रमाणे लिहिला.

कामाचा अनुभव :

जुलै,२००२ ते ऑक्टोबर,२००९ – सीमंत मेकॅनिक्स – सीनियर कॉम्प्युटर
सप्टेंबर,१९९९ ते जून,२००२ – अॅक्वा फार्मा – कॉम्प्युटर ऑपरेटर

यामुळे ज्ञानेशचे काम खंडित न होता सातत्याने सुरू होते हे दिसून येते. कोणत्याही कारणाने काम खंडित झालेले असेल, तर त्याची कारणे द्यावयाची असतात. पूर्वानुभवामध्ये कंपनीचे नाव आणि पद किंवा हुद्दा द्यावयाचा असतो. आवश्यकता वाटली, तर काही कंपन्या उमेदवाराची सत्यता पडताळण्यासाठी आधीच्या कंपनीत चौकशी करू शकतात, त्यामुळे आपण सविस्तर माहिती देणे योग्य ठरते. हे झाले ज्यांनी आधी नोकरी केलेली आहे अशा उमेदवारासांठी, परंतु तुम्ही बेरोजगार आहात, तुम्हाला अजूनही नोकरी मिळालेली नाही, नुकतेच शिक्षण पूर्ण झालेले आहे; अशा वेळी पूर्वानुभव लिहिण्याची आवश्यकताच नाही.

३.४. कौटुंबिक माहिती :

उमेदवाराची कौटुंबिक पार्श्वभूमी काय आहे हे समजणेही महत्त्वाचे असते. आजकालच्या धकाधकीच्या सामाजिक वातावरणात नोकरभरती करत असताना उमेदवार कुठला आहे, त्याने कोणतेही अवैध काम केलेले नाही, त्याचे नागरिकत्व असे नवीनच प्रश्न ऐरणीवर आलेले आहेत, त्यामुळे अनेक कंपन्या उमेदवाराच्या कौटुंबिक पार्श्वभूमीबद्दल अधिक सतर्क झालेल्या आहेत. त्याचप्रमाणे काही कंपन्यांमध्ये कर्मचाऱ्याबरोबरच त्याच्या कुटुंबातील काही नातेवाइकांना कंपनीच्या काही योजनांचा फायदा मिळतो, त्यामुळे कुटुंबातील सदस्य, कर्मचाऱ्यावर अवलंबून असलेले सदस्य, कर्मचारी आणि सदस्य यांच्यातील नाते, अवलंबून असलेल्या सदस्यांची वये असे आवश्यकतेप्रमाणे तपशील द्यावे लागतात. त्यामुळे आपल्या कुटुंबाची थोडक्यात माहिती लिहिणे महत्त्वाचे आहे.

४. बायो-डेटा, सी.व्ही., रेझ्युमे यांतील फरक :

'बायो-डेटा', 'सी.व्ही.' आणि 'रेझ्युमे' हे शब्द अनेकदा वापरले जातात, परंतु हे समानार्थी शब्द आहेत की, त्यामध्ये काही फरक आहे हे अनेकजणांना माहीत नसते, म्हणून येथे आपण या शब्दांचा अर्थ माहीत करून घेणार आहोत.

१. बायो-डेटा :

नोकरीसाठी अर्ज करत असताना आपण आपली वैयक्तिक माहिती एका ठरावीक प्रारूपात देत असतो त्याला इंग्रजीत 'बायो-डेटा' असे म्हटले जाते. हा शब्द भारतात परंपरागत वापरला जातो. विशेषत: सरकारी नोकरीच्या संदर्भात बायो-डेटा या शब्दाचा सररास वापर होतो. क्लार्क, अकाउन्टट, रिसेप्शनिस्ट, टेलिफोन ऑपरेटर्स, शिपाई अशा मोठ्या संख्येने भरती करावयाच्या पदांसाठी बायो-डेटा जोडण्याची पद्धत आहे, परंतु भारतात उच्च पदांसाठीही बायो-डेटाच

पाठवितात. बायो-डेटा साधारणपणे एक ते दोन पानांचा असतो. आपण बायो-डेटाचे जे प्रारूप येथे संदर्भासाठी वापरलेले आहे, त्याप्रमाणे आपली सर्व जंत्रीसारखी माहिती बायो-डेटामध्ये लिहिली जाते.

२. सी.व्ही. :

करिक्युलम व्हाइटी/व्हाइटे या शब्दाचे सी.व्ही. हे लघुरूप (शॉर्ट फॉर्म) आहे. विशेषत: शिक्षणक्षेत्रात नोकरीसाठी अर्ज करत असताना उमेदवार आपली सी. व्ही. अर्जासोबत जोडतो. सी.व्ही. परिच्छेदाच्या स्वरूपात लिहितात, त्यामध्ये कोणतीही माहिती ठळकपणे लक्षात यावी (हायलाइट) अशा खुणा केलेल्या नसतात. सी.व्ही. लिहीत असताना 'मी' 'माझे' असे शब्द वापरलेले असतात. उदाहरणार्थ, 'माझे शिक्षण', 'माझ्या पूर्वीच्या नोकरीत' इत्यादी. सी.व्ही. लिहीत असताना शिक्षणापेक्षाही मुख्य भर स्वत:ची कौशल्ये, क्षमता, गुण-वैशिष्ट्ये यांचे वर्णन करण्यावरच असतो. कोणत्याही कंपनीच्या व्यवसायवाढीसाठी तुम्ही कसे उपयुक्त ठरू शकता, यावर सी.व्ही.मध्ये भर देण्यात आलेला असतो. सी.व्ही. साधारणपणे ३-४ पानांपासून १०-१२ पानांपर्यंतही मोठे असू शकतात.

३. रेझ्युमे :

रेझ्युमे लिहीत असताना दुसरेच कोणीतरी आपली माहिती लिहीत आहे अशा स्वरूपात आपली माहिती लिहिली जाते. उदाहरणार्थ, 'ते,' 'त्यांचे शिक्षण', 'त्यांचा नोकरीतील अनुभव', 'त्यांची कौशल्ये' इत्यादी. रेझ्युमे बायो-डेटासारखाच अत्यंत मुद्देसूद असतो. साधारणपणे १ ते २ पानांत रेझ्युमे लिहिलेला असतो. उच्च व्यवस्थापकीय पदांसाठी अर्ज करत असताना रेझ्युमे हा प्रकार वापरला जातो. रेझ्युमेमध्ये कौटुंबिक माहितीला विशेष प्राधान्य दिलेले नसते. आपले शिक्षण, नोकरीचा अनुभव यालाच रेझ्युमेमध्ये प्राधान्य दिलेले असते.

५. बायो-डेटाचे मराठी प्रारूप

बायो-डेटा

१. संपूर्ण नाव : --

२. निवासाचा पत्ता : --

३. दूरध्वनी क्रमांक : --

४. मोबाईल क्रमांक : ---

५. ई-मेल : ---

६. जन्मतारीख : ------------------- वय : -----------------

७. रक्तगट : --

८. ड्रायव्हिंग लायसेन्स क्रमांक : ----------------------------

९. पॅन : ---

१०. पासपोर्ट : आहे/नाही.

पासपोर्ट असल्यास, पासपोर्ट क्रमांक : -----------------------

११. शिक्षण :

क्र.	डिग्री/डिप्लोमा	बोर्ड/विद्यापीठाचे नाव	वर्ग (क्लास)	गुणांची टक्केवारी
१.	एस.एस.सी.			
२.	एच.एच.सी.			
३.	पदवी			
४.	पदव्युत्तर			
५.	तंत्रशिक्षण			

१२. कामाचा पूर्वानुभव : -------------------------------------

१३. विशेष क्षमता : ---

१४. विशेष छंद : --

१५. आवडणारी कामे : ---------------------------------------

----

१६. विशेष पुरस्कार : --

----

१७. भाषांवरील प्रभुत्व :

१. लिहिता येतात : ---

२. वाचता येतात : --

३. बोलता येतात : --

१८. कौटुंबिक माहिती :

१. लग्न झालेले आहे/लग्न झालेले नाही

स्थळ : -------------- सही : -----------

दिनांक : ------------

६. बायो-डेटाचे इंग्रजी प्रारूप

Bio-Data

1. Full Name : --
2. Address : --
3. Tel. Number : --
4. Mobile No.   ---
5. E-mail --
6. Birth Date : ----------------- Age : --------------------------
7. Blood Group : ---
8. Driving License No. ---
9. PAN : ---
10. Passport No. : --
11. Education : ---

Sr.No.	Degree/Diploma	Board/ University	Class	% of Marks
1	SSC			
2	HSC			
3	Degree			
4	Master's Degree			
5	Technical Degree			

12. Previous Experience : --
    ----

13. Special Qualities and Strengths : ----------------------------
    ----

14. Hobbies : --

15. Areas of Interest : ---

----

16. Awards/Prizes/Special Achievements : ------------------

----

17. Command over languages :

 1. Can Write --

 2. Can Read ---

 3. Can Speak --

18. Information about Family :

 1. Marital Status : Married/Unmarried

    Place : ------------------ Signature : --------------

    Date : ------------------ Name : ----------------

◆

स्वोट ॲनॅलिसिस

'स्वोट' हा इंग्रजी शब्द आहे. व्यवस्थापनशास्त्रातली ती एक महत्त्वाची संकल्पना आहे. विशेषकरून स्वोटचा उपयोग कोणत्याही कंपनीचे, संस्थेचे निरनिराळ्या निकषांवर बलाबल आजमावून घेण्यासाठी केला जातो. स्वोट केल्यामुळे त्या कंपनीची किंवा संस्थेची सद्यःस्थिती कशी आहे, ते लिहून काढले जाते. कंपनीला जर काही उद्दिष्टे गाठायची असतील, तर या स्वोटच्या आधारे कंपनीला काय अडचणी येतील त्याचा आधीच अंदाज बांधता येतो. या अडचणींवर मात कशी करायची त्याचेही नियोजन करता येते.

यथे आपण या संकल्पनेचा उपयोग आपली वैयक्तिक बलस्थाने आणि विशिष्ट उद्देश सफल करण्यासाठी आपल्या व्यक्तिमत्त्वातील त्रुटी समजावून घेण्यासाठी करणार आहोत. त्याचा उपयोग इंटरव्ह्यूमध्ये आपली वैयक्तिक बलस्थाने आणि त्रुटी सांगण्यासाठी होणारच आहे, पण त्याचबरोबर आपली प्रगती आणि व्यक्तिमत्त्व विकास करून घेण्यासाठीही स्वोट ॲनॅलिसिस महत्त्वाचे आहे.

आता 'SWOT' (स्वोट) म्हणजे काय ते समजावून घेऊ.

S = Strength = तुमची बलस्थाने, शक्तीस्थाने

W = Weaknesses = तुमच्या व्यक्तिमत्त्वामधील त्रुटी, कमतरता, दोष

O = Opportunities = बलस्थानांमुळे तुम्हाला प्राप्त होणाऱ्या संधी

T = Threats = त्रुटी आणि कमतरतांमुळे तुमच्यापुढे उभे ठाकणारे धोके, समस्या

या शब्दांचा आणि संकल्पनेचा वापर आपण वारंवार करणार आहोत, त्यामुळे आता त्याचा निश्चित अर्थ समजावून घेऊ.

'SWOT' मधले पहिली जी दोन अक्षरे आहेत, ते म्हणजे S आणि W – यांची आपण प्रथम माहिती करून घेऊ. वर उल्लेखिल्याप्रमाणे S म्हणजे Strength. ही आपली शक्तिस्थाने आहेत, तसेच W म्हणजे Weaknesses. या आपल्या त्रुटी किंवा कमतरता आहेत.

आपण जेव्हा नोकरी-व्यवसायाचा विचार करतो तेव्हा आपल्याला इतर उमेदवारांबरोबर स्पर्धा करायची असते. इंग्रजीत म्हटले जाते त्याप्रमाणे, 'Little better and little different than others' – म्हणजे इतरांपेक्षा थोडेसे सरस, चांगले आणि उठावदार होण्याचा आपला प्रयत्न असला पाहिजे. तुलनात्मकरीत्या आपली स्पर्धात्मकता वाढण्यासाठी, क्षमता-कौशल्यांच्या जोरावर शक्तिवान, बलवान होण्यासाठी म्हणजेच स्वत:मध्ये जास्तीजास्त शक्तिस्थाने विकसित व्हावीत यासाठी आपल्याला सदैव प्रयत्नशील राहावे लागते. आपली स्पर्धात्मकता वाढविणे ही आपली सतत चालणारी प्रक्रिया आहे. 'थांबला तो संपला,' या न्यायाने आपण आपली स्पर्धात्मकता वाढविण्याची प्रक्रिया थांबविली की, आपण कालबाह्य झालो असे समजायचे.

आपली स्पर्धात्मकता वाढवायची म्हणजे काय करायचे?

कोणतीही नोकरी करावयाची झाली, तर त्या नोकरीसाठी आवश्यक असा 'जॉब प्रोफाइल' प्रत्येक कंपनीने तयार केलेला असतो. या जॉब प्रोफाइलमध्ये उमेदवाराची शैक्षणिक अर्हता, कामाशी निगडित तांत्रिक कौशल्यांची अर्हता, कामाचा पूर्वानुभव या बाबींचा उल्लेख केलेला असतोच, पण त्याचबरोबर कामाशी निगडित अशी 'वर्तनकौशल्ये' ज्याला इंग्रजीत 'बिहेवियरल स्किल्स,' असे म्हटले जाते त्याचीही यादी दिलेली असते. कंपनीतल्या प्रत्येक पदासाठी आणि त्या पदांबरोबर येणाऱ्या जबाबदाऱ्या पार पाडता याव्यात म्हणून काही विशिष्ट वर्तनकौशल्ये आवश्यक असतात. ही वर्तनकौशल्ये उमेदवारामध्ये आहेत का आणि असल्यास त्याचा स्तर (लेव्हल) काय आहे हे समजण्यासाठी इंटरव्ह्यूच्यावेळी काही चाचण्या घेतल्या जातात, त्यावरही उमेदवाराची निवड अवलंबून असते.

आपण शिक्षण घेत असतानाच साधारणपणे आपण कोणत्या स्वरूपाची नोकरी करणार याची आपल्याला कल्पना असते. त्या पदासाठी कोणती 'वर्तनकौशल्ये' आवश्यक आहेत, तसेच एकदा ती नोकरी स्वीकारली म्हणजे त्या नोकरीत प्रगती करण्यासाठी या वर्तनकौशल्यांमध्ये अधिक वाढ करणे आणि त्या वर्तनकौशल्यांमध्ये अधिक सफाई आणणे महत्त्वाचे असते.

इंटरव्ह्यू घेत असताना या वर्तनकौशल्यांवर आधारित प्रश्न विचारले जातातच तसेच चाचण्याही घेतल्या जातात, यासाठीच इंटरव्ह्यूचे एक तंत्र म्हणूनच 'स्वोट ॲनॅलिसिस'कडे बघितले पाहिजे.

प्रथम आपण अपेक्षित नोकरीशी निगडित कोणती गुण-कौशल्ये आपल्यामध्ये असणे आवश्यक आहे याची यादी करणे आवश्यक आहे, कारण आपल्याजवळ

अनेक गुणकौशल्ये असू शकतील, पण कदाचित नोकरीशी आवश्यक गुणकौशल्यांशी त्याचा काहीच संबंध नसेल. उदाहरणार्थ – नृत्य, गायन, कोणतीही वाद्ये वाजविण्याचे कौशल्य, पाककलेमध्ये पारंगत असणे अशा कौशल्यांचा अनेक नोकऱ्यांशी संबंध नसतो; त्यामुळे हे कला-गुण अवगत असूनही त्याचा व्यावहारिक उपयोग नसतो. ते छंद किंवा फावल्या वेळातील उद्योग म्हणून उपयुक्त ठरतील.

म्हणून परत एकदा अपेक्षित नोकरीशी निगडित गुण-कौशल्ये आणि वर्तनक्षमतांची यादी आपल्याला माहीत असणे आवश्यक आहे या मुद्द्यावर आपण भर देऊ. ही यादी तुमच्या संदर्भासाठी खालील तक्त्यात दिलेली आहे. या यादीमधील कोणती गुणकौशल्ये आणि वर्तनक्षमता स्वत:मध्ये आहेत आणि त्या किती प्रमाणात आहेत याची पडताळणी आपणच करावी. त्या क्षमता अधिकाधिक विकसित करण्यासाठी प्रयत्नही करावा, त्यामुळे आपली स्पर्धात्मकता वाढते.

आपल्यामध्ये जी गुणकौशल्ये आणि वर्तनक्षमता नाहीत किंवा अगदी अल्प प्रमाणात आहेत असे आपल्याला वाटते त्या आपल्यामधील त्रुटी किंवा कमतरता आहेत असे समजावे. या त्रुटी किंवा कमतरतांमुळे आपली स्पर्धात्मकता कमी होते. चांगली नोकरी मिळण्यामध्ये अडचण येते, त्यामुळे सतर्क राहून, विचारपूर्वक नियोजन करून या त्रुटी स्वत:च्या व्यक्तिमत्त्वातून घालविण्याचा प्रयत्न करावा; म्हणजेच जी गुणकौशल्ये आणि वर्तनक्षमता आपल्यामध्ये नाहीत त्या आणण्याचा प्रयत्न करावा.

जर आपण ही गुणकौशल्ये आणि वर्तनक्षमता स्वत:मध्ये विकसित केल्या तर आपल्याला नव्या संधी प्राप्त होतील. आपण इतरांपेक्षा सरस आहोत म्हणून या संधींच्या रूपाने आपला फायदाच होईल, पण ससा आणि कासवाच्या गोष्टीसारखे आपण निद्रिस्त राहिलो, प्रयत्नशून्य राहिलो, तर मात्र आपण स्वत:च आपल्या अपयशाला कारणीभूत ठरू. म्हणून प्रत्येकाने केवळ नोकरी मिळेपर्यंतच नाही तर नोकरी मिळाल्यानंतरही पुढील यशस्वी कारकिर्दीसाठी 'स्वोट ऑनॅलिसिस' करणे आवश्यक आहे.

आता ही गुणकौशल्ये आणि वर्तनक्षमतांची यादी वाचा आणि स्वत:चे स्वोट करायला सुरुवात करा.

शक्तिस्थानांची यादी :

आता सर्वसामान्यपणे इंटरव्ह्यूमध्ये कोणते गुण, कौशल्ये, क्षमता उमेदवाराजवळ अपेक्षित असतात त्याची एक यादी आपण तयार करू. अर्थात ही प्रतिनिधिक यादी आहे. तुमच्या नोकरी-व्यवसायाच्या स्वरूपाप्रमाणे ही यादी तुम्हाला कमी-जास्त करता येईल.

क्र.	शक्तिस्थाने	Strengths
१	प्रसन्न, उमदे व्यक्तिमत्व	Smart Personality
२	उत्साही	Enthusiastic
३	प्रतिकूल परिस्थितीत न डगमगणारा	can survive in the adverse situation
४	निर्व्यसनी	Non-addict
५	बुद्धिवान	Intelligent
६	ध्येयासक्त, ध्येयोन्मुख	Goal oriented
७	उच्च दर्जाची आकलनक्षमता	Good perception
८	सिद्धीप्रेरित	Achievement oriented
९	स्वयंप्रेरित	Self-motivated
१०	सकारात्मक	Positive
११	नियोजनकुशल, नियोजनकौशल्य,	Planning skills
१२	पद्धतशीर काम करणारा	Systematic/methodical
१३	सुसंघटित कार्यप्रणाली	Organized
१४	वस्तुनिष्ठ विचार करणारा	Objective attitude
१५	आशावादी	Positive
१६	संवेदनशील	Sensitive
१७	कणखर	Determined
१८	शिस्तप्रिय	Disciplined
१९	स्वत:बद्दल आदराची भावना	Self-respect
२०	इतरांबद्दल आदराची भावना	Respect for others
२१	विश्वासार्ह	Trustworthy
२२	सहकार्य करण्यास तत्पर	Cooperative
२३	कार्यक्षम	Efficient
२४	मोकळ्या मनाचा	Open minded
२५	सामाजिक बांधिलकीची जाणीव	Social responsibility
२६	वक्तशीर	Punctual
२७	वेळेचे नियोजन करण्याचे कौशल्य असलेला	Time Planning skills

२८	निर्णयक्षमता असलेला	Decision making ability
२९	नेतृत्वक्षमता असलेला	Leadership ability
३०	सर्जनशीलता असलेला	Creative
३१	निष्ठावान	Loyal
३२	भावनिक संतुलन असलेला	Emotionally balanced
३३	श्रद्धाळू	Faith in everything
३४	कष्टाळू	Hard working
३५	संभाषण कौशल्य	Communication skills
३६	आदर्श कार्य संस्कृती	Good work culture

वरील कोष्टकांत दर्शविलेले गुण, क्षमता, कौशल्ये कोणत्याही कामासाठी, कोणत्याही पदासाठी आवश्यक आणि आदर्श आहेत. या शक्तिस्थानांचा विकास करण्याबरोबरच स्पर्धात्मकता वाढविण्यासाठी खालील गोष्टींवर लक्ष केंद्रित करणेही जरुरीचे आहे.

इंटरव्ह्यूच्या यशातील प्रमुख अडसर :

१. इंग्रजी, मराठी भाषेवरील प्रभुत्व :

या दोन्ही भाषांमध्ये तुम्हाला उत्कृष्ट बोलता आले पाहिजे, तसेच या दोन्ही भाषांमध्ये पत्रलेखन, अहवाल/रिपोर्ट तयार करणे, कोणत्याही विषयाची मांडणी करता येणे, आकडेवारीसह विषयाची तुलनात्मक मांडणी करणे, या गोष्टींमध्ये आपण पारंगत झाले पाहिजे. या गोष्टी अभ्यासाने आणि सरावाने जमतात.

२. संभाषण कौशल्य :

अनेकदा आपले शिक्षण, ज्ञान, गुणवत्ता, कौशल्य या सर्व बाबतीत आपण वरचढ असतो, परंतु आपण संभाषण कुशल नसतो. केवळ इंग्रजीतच नाही तर मराठीतूनही आपल्याला प्रभावीपणे बोलता आणि लिहिता येत नाही. संभाषण कौशल्याचा अभाव हा इंटरव्ह्यूमधील आपल्या निवडीमधला मोठा अडसर ठरतो, त्यामुळे आपण आपले संभाषण कौशल्य सुधारण्यासाठी प्रयत्न केला पाहिजे. आता तर अनेक मोठ्या कंपन्यांमधून इंग्रजी भाषेतूनच सर्व कार्यालयीन व्यवहार होतात. त्यामुळे इंग्रजी लिहिणे आणि बोलणे यासाठी आपल्याला विशेष प्रयत्न करणे जरुरीचे आहे.

३. व्यक्तिमत्त्वाचे सादरीकरण :

यामध्ये आपले कपडे, कपड्यांची रंगसंगती, मेकअप, दागिन्यांचा वापर, बूट-चपलांची निवड अशा व्यक्तिमत्त्वाच्या बाह्य सादरीकरणाचा समावेश होतो. त्याचप्रमाणे इंटरव्ह्यूला जायचे आहे म्हटले की, आपल्या महत्त्वाच्या कागदपत्रांची फाइल बरोबर घेणे, आपल्या सर्टिफिकेट्सच्या प्रती त्यामध्ये ठेवणे, पेन, रुमाल बरोबर ठेवणे, या तपशिलांकडेही लक्ष देणे जरुरीचे आहे. अनेक उमेदवार या बाबतीत विचार न करताच इंटरव्ह्यूला येतात. त्याचा त्यांच्या निवडीवर परिणाम होतो.

त्यामुळे स्वोट ॲनॅलिसिस करताना या मुद्द्यांच्या आधारेही आपले शक्तिस्थान किंवा आपल्या त्रुटी आपण समजावून घेणे आणि त्रुटी असल्या, तर त्यामध्ये सुधारणा करणे आवश्यक आहे.

◆

देहबोली

'देहबोली' म्हणजे 'बॉडी लँग्वेज' हा शब्द तुम्ही अनेक वेळेला ऐकला असेल. आजकाल प्रत्येक ठिकाणी 'देहबोली' हा एक परवलीचा शब्द झालेला आहे. इंटरव्ह्यूमध्ये तर देहबोलीला खूपच महत्त्व आहे.

संभाषणाचे दोन प्रमुख गटांत वर्गीकरण केले जाते. हे दोन गट पुढीलप्रमाणे आहेत.

१. शब्दांच्या माध्यमातून साधलेला संवाद म्हणजेच बोलणे किंवा मौखिक संवाद

२. शब्दांचा माध्यम म्हणून वापर न करता साधलेला नि:शब्द संवाद. यामध्ये देहबोलीचा वापर अत्यंत प्रभावीपणे केला जातो.

देहबोली म्हणजे काय?

एखादा अभिनेता, एखादी नृत्यांगना प्रेक्षकांशी संवाद साधत असते. तिचा मूक अभिनय सुरू असतो; पण तिचे हावभाव, पदन्यास, हातांची, बोटांची हालचाल, चेहऱ्यावरील आविर्भाव, डोळ्यांची उघडझाप, ओठांची ठेवण अशा अनेक गोष्टींमधून आपल्याला समजत असते की, ती आत्ता देवाच्या पूजेची तयारी करते आहे, आता ती फुलांचा हार करते आहे, ती पाणी भरायला चालली आहे, कृष्णाने तिला वाटेत अडवले आहे, तो तिची थट्टा करतो आहे. आठवा बरे असे अनेक मूक संवाद... त्यासाठी एखादा अभिनेता किंवा नृत्यांगनाच कशाला पाहिजे? आपणही कधी असा मूक संवाद करतो का? आपल्या दैनंदिन जीवनातील अशा मूक संवादाची काही उदाहरणे आपण बघू.

१. अगदी महत्त्वाची एखादी गोष्ट विसरली, तर आपण डोक्याला हात मारतो.

२. एखादी गोष्ट आवडली नाही तर कपाळाला आठ्या पडतात.

३. खूप आनंद झाला तर टाळ्या वाजवतो.

४. उजव्या हाताचा अंगठा ताठ करून हात वर केला, तर जिंकलो असा अर्थ होतो.

५. निरोप देताना उजव्या हाताचा पंजा डावी-उजवीकडे हलवला जातो.

६. आनंदाने कडकडून मिठी मारतो.

७. दु:खानेही मिठी मारतो, पण हाताने दुसऱ्या व्यक्तीच्या पाठीवर थोपटले जाते.

८. आपले कोणतेही काम यशस्वी झाले की, आपली मान नकळत ताठ होते. छाती फुगते. आपण अधिक आत्मविश्वासाने चालायला लागतो.

९. आश्चर्य वाटले की, डोळे विस्फारतात आणि भुवया उंचावतात.

१०. कुणाची जाणीवपूर्वक चेष्टा करायची असते तेव्हा आपण डोळे मिचकावतो.

११. मान डावी-उजवीकडे हलवून आपण आपला नकार सांगतो.

१२. मान वर-खाली हलवून आपण आपला होकार सांगतो.

१३. मान उडवून एखाद्या गोष्टीचा धिक्कार करतो.

१४. अपराधाची जाणीव असेल तर मान खाली जाते.

१५. आळसावलेले असलो, दमलेले असलो तर हातपाय पसरून बसतो.

१६. एखादी वयाने, अधिकाराने मोठी व्यक्ती समोर आली आणि आपण बसलेलो असलो, तर उठून उभे राहतो. अदबीने मान झुकवून, नमस्कार करून त्या व्यक्तीला अभिवादन करतो.

१७. काळजीपूर्वक, एकाग्रतेने ऐकत असताना हनुवटी हाताच्या मुठीवर ठेवली जाते.

१८. अस्वस्थपणा आला असेल तर येर-झाऱ्या घालायला सुरुवात होते.

१९. एखादी दु:खाची बातमी अचानकपणे ऐकली, तर डोके हातात गच्च धरून मटकन खाली बसतो.

२०. रागाने पाय आपटतो.

एकही शब्द न बोलता केवळ शरीराचा वापर करून आपले विचार, आपल्या भावना इतरांपर्यंत पोहोचविण्यासाठी अशा अनेक कृती आपण करतो. या कृतींना वर्तनशास्त्रात 'देहबोली' असे म्हणतात. हा एक प्रकारे नि:शब्द म्हणजे शब्दांच्या माध्यमाव्यतिरिक्त साधलेला संवाद आहे.

नि:शब्द संवाद : ज्या संवाद प्रकारात शब्दांचा माध्यम म्हणून वापर केला जात नाही, त्याला 'नि:शब्द संवाद' असे म्हणतात. नि:शब्द संवादासाठी पुढील घटकांचा किंवा शारीरिक अवयवांचा विशेष विचार केला जातो.

१. डोळे, भिवया

२. चेहऱ्यावरील हावभाव

३. मान, खांदे यांची ठेवण आणि हालचाल

४. हातांची, बोटांची हालचाल

५. उभे राहण्याची, बसण्याची पद्धत

६. पायांची हालचाल

देहबोली – इंटरव्ह्यूचे प्रभावी तंत्र :

देहबोली हे यशाचे एक परिमाण किंवा निकष झालेला आहे. प्रभावी देहबोलीने यशाच्या टक्केवारीत भरच पडते. इंटरव्ह्यूमध्ये यश संपादन करण्यासाठी आपल्याला देहबोलीच्या प्रभावी तंत्राची माहिती असणे अत्यंत आवश्यक आहे.

१. इंटरव्ह्यूसाठी जेव्हा बोलाविले जाते, तेव्हा हातातली फाइल, कागदपत्र व्यवस्थित हातात पकडा. छातीशी आवळून धरू नका.

२. चेहऱ्यावर घाम आला असेल, तर इंटरव्ह्यूसाठी केबिनमध्ये जाण्याआधीच घाम पुसून घ्या. केबिनमध्ये गेल्यावर घाम पुसत बसू नका.

३. घाम पुसल्यावर रुमाल नीट खिशात ठेवला आहे, हे बघा. खिशातून लोंबणारा, पडेल अशा पद्धतीने रुमाल ठेवू नका.

४. केबिनमध्ये एकदम दार ढकलून घुसू नका. दार बंद असेल तर हलकेच दारावर टकटक करा. मग दार किंचित उघडा आणि किंचित झुकून, चेहऱ्यावर किंचित हास्य ठेवून 'आत येऊ का?' असे विचारा. दार हलकेच सोडा. दाराचा धाडकन आवाज होऊ देऊ नका.

५. इंटरव्ह्यू घेण्यासाठी ज्या व्यक्ती तेथे बसलेल्या आहेत त्यांना शेकहँड (हस्तांदोलन) करा. जर महिला अधिकारी असेल, तर 'नमस्कार' असे म्हणून हात जोडून नमस्कार करा. तसेच महिला उमेदवारांनी इंटरव्ह्यू घेणाऱ्या पुरुष अथवा स्त्री अधिकारी यांना हात जोडून 'नमस्कार' असे म्हणावे.

६. स्वत:च खुर्ची ओढून बसू नका. बसायला सांगितले की, खुर्ची टेबलापासून थोडी पुढे ओढा. टेबल आणि खुर्चीमध्ये तुम्ही बसण्यासाठी थोडे अंतर असणे आवश्यक आहे. खुर्चीत एकदम धपकन बसू नका. खुर्चीचा आवाज होऊ देऊ नका.

७. खुर्चीत ताठ बसा. खुर्चीच्या पाठीला आपली पाठ चिकटली पाहिजे. कधीही टेबलावर हात ठेवून बसू नका. अनेक अधिकाऱ्यांना इतरांनी आपल्या टेबलाचा वापर केलेला आपल्या टेबलावरील वस्तू हलविलेल्या आवडत नाहीत.

८. हाताची घडी घालून बसू नका. देहबोलीच्या शास्त्राप्रमाणे हाताची घडी म्हणजे त्रयस्थपणा दाखविणे, अलिप्तता दाखविणे असा अर्थ होतो.

खुर्चीला हात असतील तर तुम्ही तुमचे हात खुर्चीच्या हातावर ठेवून बसणे अधिक योग्य होईल. खुर्चीला जर हात नसतील तर तुम्ही तुमचे हात एकात एक गुंतवून मांडीवर ठेवा.

९. जेव्हा एखादी व्यक्ती नर्व्हस होते, तेव्हा नकळत स्वत:लाच आधार देण्यासाठी पायाचा ठेका धरणे, हातातील एखाद्या वस्तूने खुर्चीवर किंवा टेबलावर ठकठक करणे, पाय जमिनीवर घासणे, पाय हलविणे, बोटे मोडणे असे करत असते. या गोष्टी होऊन देऊ नका.

१०. मान हनुवटीच्या रेषेत सरळ ताठ ठेवा. मान खाली घालून बसू नका, त्यामुळे तुम्ही नर्व्हस झालेले आहात, तुम्ही गोंधळलेले आहात असे 'इंप्रेशन' म्हणजे छाप इतरांच्या मनात तयार होईल. तसंच आपला आत्मविश्वास दांडगा आहे हे दाखविण्याच्या भरात उगीच इकडे-तिकडे बघत बसू नका. इंटरव्ह्यू नेहमी खूप गांभीर्याने घ्यावयाचा असतो, त्यामुळे जे इंटरव्ह्यू घेणारे अधिकारी बसलेले आहेत, त्यांच्याकडे हसून बघा आणि ते प्रश्न विचारेपर्यंत शांत बसून राहा.

११. प्रश्नाचे उत्तर देत असताना किंचित हसून उत्तर द्या.

१२. एखाद्या प्रश्नाचे उत्तर देता येत नसेल तर उगीच आठवत बसू नये. 'नाही, मला या प्रश्नाचे उत्तर माहीत नाही.' असे मोकळेपणाने सांगा. तुम्ही असे सांगितलेत म्हणून तुमचे मार्क कमी होणार नाहीत तर तुम्हाला दुसरा प्रश्न विचारला जाईल.

१३. इंटरव्ह्यू संपल्यानंतर परत खुर्चीचा आवाज न करता उठा. किंचित हसून 'थँक्यू सर/मॅडम' म्हणा आणि केबिनच्या बाहेर पडा.

वरील सूचनांमध्ये देहबोलीचा भाग आलेला आहे, पण देहबोलीबद्दल थोडी अधिक माहिती येथे देत आहे.

वरील परिच्छेदांमध्ये उल्लेखिल्याप्रमाणे 'देहबोली' म्हणजे इतरांबरोबर आपण साधलेला 'नि:शब्द संवाद.' आता हा संवाद अत्यंत परिणामकारकपणे साधण्याचे तंत्र जर तुम्ही अवगत केलेत, तर आयुष्यात तुम्हाला मोठीच बाजी मारता येईल.

देहबोली सुधारण्यासाठी पुढील बाबींचा विचार तुम्ही जरूर करावा :

१. आपण उभे कसे राहतो?

आपली उभे राहण्याची 'ढब' किंवा 'स्टाईल' अथवा पद्धतसुद्धा आपल्याबद्दल इतरांना खूप माहिती करून देते. एकाच पायावर कलून, शरीराला बाक देऊन आणि

दुसरा पाय मुडपून जर आपण उभे राहिलो, तर ते तितकेसे प्रभावी किंवा छाप पाडणारे दिसत नाही. नेहमी दोन्ही पायांमध्ये पाच-सहा इंचाचे अंतर ठेवून उभे राहावे. पावलांवर समान भार द्यावा, त्यामुळे आपल्या संपूर्ण शरीराचा तोल संतुलित होतो. कंबर, पाठीचा कणा, मान सरळ आणि ताठ राहते.

उभे राहताना पाठीला पोक काढून, खांदे झुकवून उभे राहू नये, त्यामुळे आपल्यामध्ये आत्मविश्वासाची कमतरता आहे असे चित्र निर्माण होते.

२. आपण चालतो कसे?

प्रत्येकाची चाल निराळी असते असे म्हणाले जाते, परंतु देहबोलीच्या दृष्टिकोनातून रुबाबदार चालावे असे सांगितले जाते. रुबाबदार म्हणजे कसे चालावे? कधीही पाय घासत, पाय ओढत, चपला-बुटांचा फटक-फटक आवाज करत चालू नये. ते दुबळेपणाचे, आत्मविश्वासाची कमतरता असल्याचे, सतत चिंतेत असल्याचे, मनावर कसलातरी ताण असल्याचे, काही दुर्दैवी घटना घडल्याचे निदर्शक आहे. तसेच सैनिकांना जसे 'लेफ्ट राईट' असे चालायला सांगतात तसेही चालू नये, ते कृत्रिम वाटते, त्यामुळे चालतानाही आपले शरीर संतुलित असावे. दोन्ही पायांवर समान भार टाकून चालावे. शक्यतो टाच आधी टेकवावी.

चालताना हात कवायत केल्यासारखे जोर-जोरात हलवू नयेत, तसेच हात न हालवताही चालू नये. हातांची हालचाल प्रमाणबद्ध असावी. प्रमाणबद्धरीत्या हात हलविले, तर शरीरापासून साधारणपणे एक फूट हात मागे-पुढे होतात. खांदे सरळ रेषेत असावेत.

चालताना दृष्टीसमोर असावी, त्यासाठी हनुवटी सरळ रेषेत ठेवावी. मान डावीकडे किंवा उजवीकडे वळवायची असेल, तर हनुवटी सरळ रेषेत ठेवूनच मानेची हालचाल करावी.

३. आपण बसतो कसे?

आपले बसणेही रुबाबदार असले पाहिजे. खुर्चीत बसताना कधीही धपकन बसू नये, सावकाश बसावे. आधी उल्लेख केल्याप्रमाणे, खुर्चीच्या पाठीला आपली पाठ पूर्ण चिकटेल अशा पद्धतीने बसावे. त्यामुळे पायाचा कोनही बरोबर साधला जातो. आपले बसणे इतरांसाठी रुबाबदार आणि आपल्यासाठी आरामदायी होते.

पायावर पाय टाकून बसायचे असेल तर जरूर बसावे, पण आपल्या चपलेचा किंवा बुटाचा तळ दुसऱ्या व्यक्तीकडे नाही हे बघावे. ते असभ्यपणाचे लक्षण आहे. चपलेचे किंवा बुटाचे पुढचे टोक जमिनीकडे झुकलेले असावे, विशेषतः स्त्रियांनी जर साडी नेसलेली असेल, तर बसताना चप्पल किंवा बुटांवरून साडीच्या निऱ्यांचा

घोळ येईल असे बसावे, त्यामुळे पाय पूर्णपणे झाकले जातील. पाय उघडे टाकून बसणे हे असभ्यपणाचे लक्षण आहे.

बसताना गुडघ्यांमध्ये अंतर सोडून पाय फाकवून बसू नये, तेही असभ्यपणाचे लक्षण आहे. खुर्चीच्या पाठीला आपली पाठ टेकून आपण ताठ बसलो म्हणजे मांड्यांमध्ये आणि गुडघ्यांमध्येही अंतर राहत नाही. त्यामुळे पाय फाकवून बसले जात नाही.

काही पुरुषांना तसेच स्त्रियांनाही बसल्यावर सतत मांड्या हलविण्याची सवय असते. ते अनेकदा त्यांच्या नकळतही होत असते, पण ते अत्यंत घाणेरडे दिसते. तसेच ते असभ्यपणाचे लक्षण आहे.

काही ठिकाणी केबिनमध्ये जाताना 'पादत्राणे बाहेर काढून ठेवा' असा बोर्ड लिहिलेला असतो, ते लक्षात घेऊन केबिनमध्ये जाण्याआधी आपल्या बूट-चपला दाराबाहेर किंवा जेथे काढून ठेवायला सांगितले असेल तेथे काढून ठेवाव्यात. जेथे केबिनमध्ये बूट-चपला घालून जाण्याची परवानगी असेल, तेथे बूट-चपला आतमध्ये घालून जाणेच योग्य आहे, तसेच काहीजणांना बसल्यावर ताबडतोब चपला किंवा बूट काढून बसण्याची सवय असते. ते खूपच चुकीचे आहे.

बसल्यावर पायाने, पायाच्या अंगठ्याने किंवा बूट-चपलेच्या टोकाने जमीन, गालीच्या असेल तर टोकरत किंवा उकरत बसण्याची सवय असते. ते चुकीचे तर आहेच, पण त्यामुळे आपण दुसऱ्याचे नुकसान करतो आहोत याचे भान ठेवावे. 'तसा गालिचा टोकरू नका!' असे स्पष्टपणे सांगितले जाते, तेही आपल्याला अपमानकारक होते म्हणून आधीच आपण काळजी घेतलेली बरी!

४. चेहऱ्यावरील आविर्भाव

आपल्या चेहऱ्यावरील आविर्भाव किंवा हावभाव हासुद्धा आपल्या देहबोलीचाच एक महत्त्वाचा भाग आहे. आपणच आपल्या चेहऱ्यावरील आविर्भावातून इतरांच्या मनात आपल्याबद्दलचे मत तयार करत असतो. आपला चेहरा प्रयत्नपूर्वक हसरा ठेवणे, डोळ्यांत दुसऱ्या व्यक्तीबद्दल आदर, आत्मीयता असणे, कपाळावर आठ्या नसणे, चेहऱ्यावर एकूणच त्रासिक भाव किंवा जणू जगाची चिंता लागली आहे असा भाव नसणे, आपण त्या व्यक्तीचे बोलणे काळजीपूर्वक ऐकतो आहोत, हे त्या व्यक्तीला जाणवणे फार महत्त्वाचे आहे.

याप्रमाणे आपणच आपली देहबोली तपासून बघावी आणि जाणीवपूर्वक विकसित करावी. इंटरव्ह्यूच्या प्रभावी तंत्रांमध्ये आकर्षक, प्रसन्न, रुबाबदार देहबोली ठेवणे, हे एक महत्त्वाचे तंत्र आहे.

◆

शब्दार्थ सूची

क्र.	इंग्रजी शब्द	इंग्रजी स्पेलिंग	मराठी शब्द
१	इंटरव्ह्यू	Interview	मुलाखत
२	टेक्निक्स	Techniques	कौशल्ये, पद्धती
३	प्रेझेंन्टेशन	Presentation	सादरीकरण
४	स्किल्स	Skills	कौशल्य
५	प्रॉडक्शन इंडस्ट्री	Production Industry	उत्पादन उद्योग
६	सर्व्हिस इंडस्ट्री	Service Industry	सेवा उद्योग
७	ट्रेडिंग इंडस्ट्री	Trading Industry	विक्री-वितरण उद्योग
८	पार्टनरशिप फर्म	Partnership Firm	भागीदारी संस्था
९	मल्टिनॅशनल कंपनी	Multinational Company	बहुराष्ट्रीय कंपनी
१०	टेक्निकल स्किल्स	Technical Skills	तंत्रकौशल्य
११	बिहेव्हियरल स्किल्स	Behavioral Skills	वर्तनकौशल्ये
१२	पॅन	PAN	आयकर क्रमांक
१३	कॅरॅक्टर सर्टिफिकेट	Character Certificate	जात पडताळणी दाखला
१४	जॉब डिस्क्रीप्शन	Job Description	कामाचे वर्णन
१५	फाइव्ह स्टार हॉटेल	Five Star Hotel	पंचतारांकित हॉटेल
१६	डिनर	Dinner	रात्रीचे जेवण
१७	कॉल	Call	मुलाखतीचा फोन/पत्र
१८	फेस-टू-फेस इंटरव्ह्यू	Face to Face Interview	वैयक्तिक मुलाखत

१९	पॅनेल/ग्रुप इंटरव्ह्यू	Panel/Group Interview	गटाने घेतलेली मुलाखत
२०	वॉक-इन-इंटरव्ह्यू	Walk-in-Interview	जाहिरात आल्यावर थेट कंपनीत जाऊन मुलाखत देणे.
२१	टेलिफोनिक इंटरव्ह्यू	Telephonic Interview	दूरध्वनीवरून घेतलेला इंटरव्ह्यू
२२	सीरियल इंटरव्ह्यूज	Serial Interview	इंटरव्ह्यूची मालिका
२३	रोल प्ले इंटरव्ह्यू	Role play Interview	भूमिका सादरीकरणातून घेतलेला इंटरव्ह्यू
२४	प्रॉब्लेम सॉल्व्हिंग इंटरव्ह्यू	Problem Solving Interview	समस्यापूर्ती क्षमतेतून घेतलेला इंटरव्ह्यू
२५	इनफॉर्मल इंटरव्ह्यू	Informal Interview	अनौपचारिक इंटरव्ह्यू
२६	अॅप्रेझल इंटरव्ह्यू	Appraisal Interview	कामाच्या मूल्यमापनासाठी घेतलेला इंटरव्ह्यू
२७	एक्झिट इंटरव्ह्यू	Exit Interview	काम सोडून जाताना घेतलेला इंटरव्ह्यू
२८	बायो-डेटा	Bio-Data	वैयक्तिक माहिती
२९	फॉरमॅट	Format	प्रारूप
३०	जॉईन होणे	Join	नोकरीवर रुजू होणे
३१	डेसिग्नेशन	Designation	पद/हुद्दा
३२	पोस्ट	Post	एकूण भरावयाच्या जागा
३३	फील	Feel	अनुभवणे
३४	स्वोट अॅनॅलिसिस	SWOT Analysis	शक्तिस्थाने, त्रुटी, संधी, धोके यांचे स्वयं-मूल्यांकन

३५	टीम स्पिरीट	Team Spirit	संघभावना
३६	टीम बिल्डिंग	Team Building	संघटनकौशल्य
३७	मॅच्युरिटी	Maturity	परिपक्वता
३८	कॉल	Call	इंटरव्ह्यूचे बोलावणे/पत्र
३९	मार्किंग सिस्टिम	Marking System	गुण देण्याची पद्धत
४०	निगेटिव्ह मार्किंग	Negative Marking	एकूण गुणातून चुकलेल्या उत्तरांचे गुण वजा करण्याची पद्धत
४१	डॉक्युमेंट	Document	दस्तऐवज, कागदपत्र